INSIGHT PUBLICA

INSIGHT PUBLICA

Nadakkavu, Kozhikode, Kerala
Tel:0495–4020666
www.insightpublica.com
e-mail: insightpublica@gmail.com

Meenpoocha

(Malayalam Novel)

Abdul Salam

Illustration: Aswara Sivan
First Edition: March 2018

ISBN 978-93-87398-15-3
Printed and Published by
InsightinPublica Printers & Publishers Pvt Ltd.

മീസ്സൂച്ച

അബ്ദുൽസലാം

INSIGHT PUBLICA

കണ്ണൂർ സ്വദേശി. തഥാ, പൂവ് തരാമെന്നേറ്റ വസന്തമേ.. എന്നീ കവിതാ സമാഹാരങ്ങൾ പ്രസിദ്ധീകരിച്ചു. കവിതയ്ക്ക് നിരവധി പുരസ്കാരങ്ങൾ.
മീസ്സൂച്ച ആദ്യ നോവൽ. ആലുവ അൽ അമീൻ കോളേജിൽ മലയാളം അദ്ധ്യാപകൻ.

അബ്ദുൽസലാം

കേരളത്തിന് അറുപത് വർഷം
മലയാളത്തിന് അറുപത് പുസ്തകം

കേരളത്തിന്റെ ഷഷ്ടിപൂർത്തി വേളയിൽ അറുപത് പുസ്തകങ്ങൾ ഞങ്ങൾ പ്രസാധനം ചെയ്യുകയാണ്. കേരളം കേരളമായിത്തീർന്നതിന്റെ സാംസ്കാരിക ധ്വനികൾ, സമരോത്സുകതയുടെ കാഹളങ്ങൾ, ഇനിയും തിരിച്ചു പിടിക്കേണ്ട ജീവിതത്തിന്റെ അർത്ഥസാധ്യതകൾ, തിരുത്തി എഴുതേണ്ട പ്രതിലോമ ചിന്തകൾ, സൗന്ദര്യവും സാഹിതീയവും സംഗമിക്കുന്ന സംസ്കൃതിയുടെ മുദ്രകൾ എല്ലാം ഈ അറുപതിൽ സമാഹരിക്കുന്നു.

പ്രതിരോധത്തിന്റെ പത്ത് പുസ്തകങ്ങൾ, പുതിയ നോവൽ ഭാവനയുടെ പത്ത് പുസ്തകങ്ങൾ, സോവിയറ്റ് ഓർമ്മയുടെ പത്ത് പുസ്തകങ്ങൾ, ഭാഷയുടെയും ജീവിതത്തിന്റെയും പത്ത് പുസ്തകങ്ങൾ, സർഗാത്മക സാഹിത്യത്തിന്റെ പത്ത് പുസ്തകങ്ങൾ, നവോത്ഥാനത്തിന്റെ പത്ത് പുസ്തകങ്ങൾ എന്നിങ്ങനെ ആറ് വിഭാഗങ്ങളിലായാണ് അറുപത് പുസ്തകങ്ങൾ പ്രസിദ്ധീകരിക്കുന്നത്.

ഈ നോവൽ പരമ്പരയുടെ എഡിറ്ററായി പ്രവർത്തിച്ച എന്റെ പ്രിയ സുഹൃത്തും മലയാളത്തിലെ യുവ എഴുത്തുകാരിൽ ശ്രദ്ധേയനുമായ വി.എച്ച്. നിഷാദിന് നന്ദിയും സ്നേഹവും. മാറിവരുന്ന ഭാവനയുടെ നോവൽ അടയാളങ്ങളുമായി കൂടെ നിന്ന എഴുത്തുകാർക്ക് നന്ദി. പുതു നോവൽ ഭാവുകത്വത്തിന്റെ സൗന്ദര്യാത്മക അടരുകൾ മലയാളത്തിനു സമർപ്പിക്കുന്നു.

സുമേഷ് ഇൻസൈറ്റ്

മലയാള നോവൽ കൈവരിയുടെ ഇങ്ങേയറ്റം

പത്ര മാസികകളുടെ ആവിർഭാവവും കൊളോണിയൽ വിദ്യാഭ്യാസവും ചേർന്ന് പത്തൊമ്പതാം നൂറ്റാണ്ടിന് നൽകിയ സമ്മാന കുടുക്കയിൽ നോവൽ എന്ന സാഹിത്യ രൂപവുമുണ്ടായിരുന്നു എന്ന് സർഗാത്മകതയുടെ മലയാള ചരിത്രം നമുക്ക് പറഞ്ഞു തരുന്നു. പലതരം കഥാഖ്യാനങ്ങളിൽ നിന്ന് നോവൽ എന്ന രചനാ-പണിശാല ഉണ്ടായി വന്നതെങ്ങനെയെന്ന് ചന്തു മേനോനിൽ തുടങ്ങി സി.വി. രാമൻപിള്ളയിൽ തുടർന്ന് തകഴി, എസ്.കെ. പൊറ്റക്കാട്, ഉറൂബ്, കേശവദേവ് വഴി സഞ്ചരിച്ച ഒരു വായനാ-വണ്ടിക്കു എളുപ്പം പറയാനാകും.

ബഷീറിന്റെ 'ബാല്യകാല സഖി', കേശവദേവിന്റെ 'ഓടയിൽ നിന്ന്'', തകഴിയുടെ 'തോട്ടിയുടെ മകൻ' എന്നിവ ചേർന്ന് മലയാളത്തിലെ യഥാതഥ നോവൽ ശാഖ ഉദ്ഘാടിക്കുകയും ആധുനികതയുടെ കാലത്ത് നോവലെന്ന ദീർഘമായ സാഹിത്യ രൂപം എം.ടി, എൻ.പി. മുഹമ്മദ്, ഒ.വി. വിജയൻ, ആനന്ദ്, എം. മുകുന്ദൻ, കാക്കനാടൻ, വി.കെ.എൻ, പുനത്തിൽ, സേതു, പത്മരാജൻ, മേതിൽ രാധാകൃഷ്ണൻ എന്നിവരിലൂടെ എഴുത്തിന്റെ നവോന്മേഷങ്ങൾ അന്വേഷിക്കുകയും ചെയ്തു.

എൺപതുകളുടെ അർദ്ധാഘോഷക്കാലത്ത് ഉത്തരാധുനികത എന്നു പിന്നീട് വിശേഷിപ്പിക്കപ്പെട്ട ഒരു നവഭാവുകത്വം മലയാള നോവൽ പ്രസ്ഥാനത്തിനു പുതിയ സർഗാത്മക ചൂട്ട് വീശിയപ്പോൾ ടി.വി. കൊച്ചുബാവ, സി.വി. ബാലകൃഷ്ണൻ, സി.ആർ. പരമേശ്വരൻ, എൻ. പ്രഭാകരൻ, സാറാ ജോസഫ്, കെ.പി. രാമനുണ്ണി തുടങ്ങി ഒട്ടേ പേർ എഴുത്തിൽ തങ്ങളുടേതായ ഒറ്റ ദ്വീപ് അന്വേഷിച്ചു നടന്നു.

കുറുക്കിയിട്ടാണെങ്കിലും ഇത്രയൊക്കെ ആമുഖമായി പറയുന്നത് ഏറെ മുന്നോട്ട് വേഗതയിൽ സഞ്ചരിച്ച് പോസ്റ്റ്-പോസ്റ്റ് മോഡേൺ നിയോ റിയലിസ കാലമൊന്നൊക്കെ വിളിക്കാവുന്ന ഇന്നിൽ നിന്ന മലയാള നോവൽ തുരുത്തിലേക്ക് എത്തിപ്പിടിച്ച നോക്കുമ്പോൾ ഏറെ ഉന്മേഷമുള്ള ചില കാഴ്ചകൾ കാണുന്നതു കൊണ്ടാണ്.

മലയാളത്തിലെ പുതിയ നോവൽ ഭാവനയുടെ പത്തു പുസ്തക പരമ്പരയിൽ അവതരിപ്പിക്കുന്ന രചനകളിൽ നാം പിന്നിട്ട യാത്രാ പഥങ്ങളുടെ അക്ഷര മാപ്പ് പടരുന്നുണ്ട് എന്ന് ഏറെ അഭിമാന ത്തോടെ പറയാനാകും.

യുവ കവികൂടിയായ അബ്ദുൽ സലാമിന്റെ പ്രഥമ നോവൽ 'മീമ്പൂച്ച' ഒരു രാഷ്ട്രീയ ദൗത്യമാണ് നിർവഹിക്കുന്നത്. വർഗീയത പുത്തൻ നിറങ്ങളിൽ ഭൂമിയിൽ വിള്ളലുകളൊരുക്കുമ്പോൾ മീനും പൂച്ചയും ഒരാൾ തന്നെയായി മാറുന്ന ദയനീയത ഈ നോവലിൽ നമുക്ക കാണാം. പഴയ കാലവും പുതിയ കാലവും ചേർത്തു വെച്ച നെയ്ത്ത രചനയാണ് 'മീമ്പൂച്ച'. എഴുത്തിലെ ലാസ്യ ഭംഗി ഈ നോവലിനെ ഒരു കവിതയോളം പ്രിയങ്കരമാക്കിയേക്കാം.

ഈ നോവൽ കൂട്ടായ്മയൊരുക്കുക എന്ന കൗതുകമേറിയ ദൗത്യമേൽപിച്ച ഇൻസൈറ്റ് പബ്ലിക്കയുടെ സുമേഷിനും അക്ഷര വിരുന്നൊരുക്കിയ എഴുത്തുകാർക്കും രചനകളുടെ കൂടിയിരുപ്പിന്റെ ഭാഗമായി മാറിയ ജിതേന്ദ്രവിനും ഈ പരമ്പരയുടെ എഡിറ്റോറിയൽ കോഡിനേഷനിൽ സഹായിയായി നിന്ന ജോജു ഗോവിന്ദിനും നന്ദി.

വി എച്ച് നിഷാദ്
എഡിറ്റർ,
നോവൽ പരമ്പര

നിനക്ക്...
രാത്രികൾക്ക്...

ശ് ശ് ശ് മിണ്ടല്ലേ....
ഞാൻ മെല്ലെ കാറ്റാവുകയാണ്....
കാറ്റുപിടിച്ച ഒരു പട്ടം
ചിറകറ്റു വീഴുകയാണ്.
ദൈവത്തിന്റെ പേരെഴുതിയ ആ പട്ടം
പിശാച് എടുത്തുകൊണ്ടു പോകുന്നു.
ആ പട്ടത്തിൽ എഴുതിയത്
എനിക്കിങ്ങനെ വായിക്കാം:
ഇന്ത്യ ജോഗ്രഫിയിലെ അഞ്ചുമാർക്ക്
അഹ്‌ലാവിന്റെയും ജുനൈദിന്റെയും
ശവക്കല്ലറ
താഴികക്കുടങ്ങളോടൊപ്പം
തകർക്കപ്പെട്ട ഒരു തറവാട്.

(രമേശന്റെ കവിത)

ഒന്ന്

മഞ്ഞപ്പുള്ളികളുള്ള തവിട്ടു പാവാടയും ഇളം മഞ്ഞ നിറമുള്ള ബ്ലൗസു മായിരുന്നു നെസ്‌ലിയുടെ പെരുന്നാൾക്കുപ്പായം. അത് തുന്നാൻ കൊടുക്കാൻ രമേശന്റെ കടയിലെത്തിയപ്പോൾ പല നിറമുള്ള പെരുന്നാൾത്തുണികളുടെ കൂമ്പാരത്തിനിടയിലിരുന്ന് അയാൾ നെസ്‌ലിയെ നോക്കി ചിരിച്ചു. സൂചിത്തുമ്പുപോലെ കരളിലേക്കാഴ്ന്നു പോകുന്ന ഒരു ചിരി. ആ ചിരി ഈ ദുനിയാവില് നെസ്‌ലിയ്ക്കു മാത്രമേ മനസ്സിലാവൂ.

പെരുന്നാളിനു മുൻപു തരണേ, ശബ്ദം താഴ്ത്തി അവൾ പറഞ്ഞു. രമേശനൊന്നും പറഞ്ഞില്ല. നെസ്‌ലിക്കറിയാമല്ലോ, എല്ലാ കുപ്പായങ്ങളും മാറ്റി വച്ച് രമേശനിന്ന് അതു തന്നെയാവും തുന്നാനെടുക്കുക എന്ന്.

ഉപ്പ ആറ്റക്കയാണ് തുന്നിക്കിട്ടിയ കുപ്പായം കൊണ്ടു കൊടുത്തത്. മുറിക്കകത്തേക്ക് ഓടിക്കയറി നെസ്‌ലി കതകടച്ചു. പതിയെ പൊതി തുറന്നു. ഉള്ളിൽ പച്ചയും ചുവപ്പും നീലയും മഞ്ഞയും പിന്നെ അറിയാത്ത ഏതൊക്കെയോ നിറങ്ങളും കലർന്ന കുപ്പായത്തിൽ നിന്ന് തുരുതുരാ കുറേ പൂമ്പാറ്റകൾ ചിറകടിച്ച് പറന്നു.

'അറിഞ്ഞില്ലേ്,' കിതച്ചു കൊണ്ട് ഒരു ശബ്ദം പുറത്തു നിൽക്കുന്നത് അവൾ കേട്ടു. 'നമ്മ്ടെ തുന്നണ രമേശന് വീണ്ടും പിരാന്തായി.'

Ashwaria/17

രണ്ട്

ആറ്റക്ക മുട്ടായിക്കുന്ന് പള്ളിയിലേക്ക് മഗ്രിബ് ബാങ്ക് വിളിക്കാൻ അഞ്ചുബാറ്ററിയുടെ ഞെക്കുവിളക്കുമായി പുറപ്പെട്ടു. പോകുന്ന വഴിയിലാകെ ഊദിന്റെ മണം. കുഞ്ഞുങ്ങളുടെ ഖബർസ്ഥാനരികിലൂടെ വെള്ളയും വെള്ളയുമണിഞ്ഞ് ആറ്റക്ക നടക്കുമ്പോൾ തവിട്ടു നിറമുള്ള സാന്റാക് ചെരുപ്പിന്റെ നേർത്ത ശബ്ദം. ഇനി ഇശാകഴിഞ്ഞാലേ മടങ്ങിവരവുള്ളൂ. മഗ്രിബിനും ഇശായ്ക്കുമിടയിൽ വലിയ പള്ളിയിൽ ദർസ് തുടങ്ങും. തല മൊട്ടയടിച്ച് വെള്ളത്തൊപ്പിയണിഞ്ഞ യത്തീംകുട്ടികൾ. പലയിടത്തു നിന്നും വന്നടിഞ്ഞ പലപ്രായക്കാർ. പലകയിൽ മുപ്പതു ജുസു മുസ്അഫ് വെച്ച് നട്ടെല്ല് അരിവാളുപോലെ വളച്ച് പടിഞ്ഞിരുന്ന് അവർ ഓതുന്നു. ആറ്റക്ക അവർക്ക് അൽ-ബഖ്റയിലെ ആയത്തുക്കുർസി ഓതിക്കൊടുക്കുന്നു. അല്ലാഹു - അവനല്ലാതെ ദൈവമില്ല. എന്നെന്നും ജീവിച്ചിരിക്കുന്നവൻ. എല്ലാം നിയന്ത്രിക്കുന്നവൻ. മയക്കമോ ഉറക്കമോ അവനെ ബാധിക്കുകയില്ല. അവന്റേതാണ് ആകാശഭൂമികളിലുള്ളതെല്ലാം. അവന്റെ അനുവാദപ്രകാരമല്ലാതെ അവന്റെയടുക്കൽ ശുപാർശ നടത്താനാരുണ്ട്? അവരുടെ മുമ്പിലുള്ളതും അവർക്ക് പിന്നിലുള്ളതും അവൻ അറിയുന്നു. അവന്റെ അറിവിൽ നിന്ന് അവൻ ഇച്ഛിക്കുന്നതല്ലാതെ അവർക്ക് സൂക്ഷ്മമായി അറിയാൻ കഴിയില്ല. അവന്റെ അധികാരപീഠം ആകാശഭൂമികളെ മുഴുവൻ ഉൾകൊള്ളുന്നതാകുന്നു. അവയുടെ സംരക്ഷണം അവന് ഒട്ടും ഭാരമുള്ളതല്ല. അവൻ ഉന്നതനും മഹാനുമത്രെ. നേരിയ മഴയുടെ താളം പോലെ ഓത്ത് തുടർന്നു കൊണ്ടിരുന്നു. പള്ളിക്ക് തൊട്ടുമേലെയുള്ള ഖബർസ്ഥാനിൽനിന്നും കാറ്റ് പള്ളിക്കകത്തുകയറി മാർക്കം ചെയ്ത കുട്ടികളെപ്പോലെ കാലുകൾ അകത്തിവെച്ച് ഇച്ചിമണി എവിടെയെങ്കിലും തട്ടുമോ എന്ന പേടിയോടെ ഔളിലേക്കൊന്ന് എത്തിനോക്കി മിനാരത്തിലൂടെ പുറത്തേക്ക് പോയി. ഇതിനിടയിൽ ഓത്ത് തെറ്റുന്ന കുട്ടികളുടെ ഇരുണ്ട തുടയിൽ ചോക്കുകഷ്ണവും നഖവുമുപയോഗിച്ച്

ആറ്റക്ക ഒരു വര വരയ്ക്കും. തുണി പൊക്കുമ്പോൾ കുട്ടികളുടെ മുഖം ചേപ്രയാൽ ചേമ്പിൽത്തണ്ടുപോലെ ഒടിയും. പല പൊരകളിൽ നിന്നുമായി അവർ ഉച്ചയ്ക്ക് കഴിച്ച ഒജീനങ്ങൾ കുടലിൽ നിന്നും റൂഹിനെപ്പോലെ പറന്നുപോകും. വേദനയിൽ അറിയാതെ ചിലരുടെ തുടയിൽ മൂത്രത്തിന്റെ ചെറുതുള്ളികൾ ഇറ്റിപ്പോകുമ്പോൾ ആറ്റക്ക അലറും. പോയി ഒള്ള എടുത്തിട്ടുവാടാ ശെയ്ത്താന്റെ മക്കളേ.

ഖബർസ്ഥാനിക്കപ്പുറം, നാസർക്ക പാട്ടത്തിനെടുത്ത പുത്തി ക്കൊമ്പിൽ കയറിയിരുന്ന് രമേശൻ മൂക്കി. വാക്കുകൾ തൊണ്ടയിൽ കുടുങ്ങിയവന്റെ അവസാന ശ്വാസം പോലെ മൂക്കൽ... ഭ്രാന്തിന്റെ ചെത്തിപ്പൂക്കൾ തുന്നിയ കുപ്പായം അയാൾ മഞ്ഞുകാലത്ത് എടു ത്തണിയും. വേനലിൽ അഴിച്ചു വയ്ക്കും. അതോടെ ഒറ്റമുറി തുന്നൽ ക്കടയിലേക്ക് ടെയ്‌ലർ രമേശനായി, പരോപകാരി രമേശനായി, വിപ്ലവകാരിയായി തിരികെ കൂടണയും.

വീണുടഞ്ഞ ചെറുചില്ലു കഷണങ്ങൾപോലെ മഞ്ഞുതുള്ളികൾ സുറുമപ്പുല്ലുകളിൽ വീണുകിടക്കുന്ന മഞ്ഞുകാല മാസങ്ങളിൽ രമേശന് പകൽ രാത്രിയും രാത്രി പകലുമായിത്തീരുന്നു. പകൽ നേരം കയറ്റുകട്ടിലിൽ കയറിക്കിടന്ന് കാലുകൾ നിവർത്തിവെച്ച് ഉറക്ക ത്തിന്റെ നദിയിലേക്ക് ഊളിയിടുന്ന അയാൾക്കു മുന്നിൽ പലതരം സ്വപ്നങ്ങളുടെ ഗുഹകൾ തുറക്കും. ഓരോ ഗുഹയിലും ഓരോ കല്ലുകൾ. കൈകളിൽ കല്ല് അമർത്തിപ്പിടിച്ച് ആരെയോ എറിയാൻ ശ്രമിക്കു ന്നു. രമേശാ അമ്മ വിളിക്കുന്നു. രമേശേട്ടാ, അനിയൻ വിളിക്കുന്നു. എടാ രമേശാ ആറ്റക്ക വിളിക്കുന്നു. അയാൾ ഉറക്കത്തിൽ പുളയുന്നു.

ആറ്റക്കയുടെ മഗ്രിബ് ബാങ്കു വിളിയാണ് രമേശനെ ഉണർത്തു ന്നത്. അയാളുടെ പകലിന്റെ തുടക്കം. ആൾമറയില്ലാത്ത കിണറ്റിൽ നിന്ന് വെള്ളം നഗ്നമായ ഉടലിലേക്കൊഴിക്കുന്നതിനിടയിൽ അയാൾ ഇരുട്ടിനെ നോക്കി ചൂളം കുത്തും. തോർത്താത്ത തലയുമായി കുഞ്ഞുങ്ങളുടെ ഖബർസ്ഥാനരികെയുള്ള പുത്തിതോട്ടത്തിലേക്ക് ഓടും. പുത്തിക്കൊമ്പിൽ കൊമ്പിൽ കാലുകൾ പിളർത്തി വച്ച് അയാൾ ആഞ്ഞാഞ്ഞു മൂക്കിക്കൊണ്ടിരിക്കും. മഞ്ഞിൽ കുടുങ്ങി പ്പോയ അസ്ഥിപോലെ വൻകുടലിൽ കട്ടപിടിച്ചുനിൽക്കുന്ന തീട്ടം... വവ്വാലിന്റെ ചിറകടിപോലെ അയാളുടെ അവ്യക്തമായ ശബ്ദങ്ങൾ ഇരുട്ടിൽ അലിഞ്ഞലിഞ്ഞുപോകുന്നു.

ആറ്റക്ക ഇരുവിരലുകളും ചെവിയിൽ ചേർത്തുവെച്ച് കോളാമ്പി മൈക്കിലൂടെ ഇശാബാങ്ക് വിളിക്കുന്നു. അള്ളാഹു അക്ബർ അല്ലാഹു അക്ബർ...ബാങ്കിന്റെ ശബ്ദം അയ്യപ്പൻകാവ് മുതൽ പള്ളിമുക്കുവരെ പരന്നു കിടക്കുന്ന വയലും കടന്ന് അകന്നകന്ന് പോവുന്നു.

Ashw

മൂന്ന്

ഫിലോസഫർ കുഞ്ഞിമമ്മുവിന്റെ പീട്യേൽ രാവിലെ തുടങ്ങും നാട്ടുകാരുടെ സംഗമം. മുട്ടായിക്കുന്നിലെ എല്ലാ വാർത്ത കളുടെയും ഉറവിടം കുഞ്ഞിമമ്മുവിന്റെ ചായക്കടയാണ്. രാവിലെ അഞ്ചരമണിക്ക് സുബഹ് നിസ്കരിച്ച് പള്ളിയിൽനിന്ന് അയാൾ നേരെ ഇറങ്ങുക പീടികയിലേക്കാണ്. വയൽവരമ്പിൽകുത്തിയ ആൾമറയില്ലാത്ത കിണറിൽനിന്നും വെള്ളംകോരി തലേന്നത്തെ വെണ്ണീരുകൊണ്ട് ചായപാത്രങ്ങൾ മോറും. പിന്നെ, തോട്ടിൻകര യിലേക്ക് നടന്ന് താഴെ വീണുകിടക്കുന്ന മട്ടലും ഓലയുമെടുത്തുവ ന്ന് ചിരട്ടയും ചകിരിയുംകൂട്ടി തീ കത്തിച്ച് വലിയ അലൂമിനിയം പാത്രത്തിൽ വെള്ളംവച്ച് തീയൂതിത്തുടങ്ങുമ്പോഴേക്കും സതീശന്റെ സൈക്കിൾ പത്രത്തിന്റെ മണിയൊച്ചയുമായി എത്തും. ചൂടുപോ വാത്ത കറന്നെടുത്ത പാലുമായി നാരായണി തോട്ടിൻകരയിലൂടെ നടന്നുവന്ന് പാൽക്കുപ്പി പീടികയുടെ എറേത്തേക്ക് വയ്ക്കും.

ആദ്യത്തെ ചായ ആറ്റക്കയ്ക്കാണ്. അതാണ് പതിവ്. ആ പതിവ് എപ്പോൾ തുടങ്ങിയെന്ന് ചോദിച്ചാൽ ആറ്റക്കയ്ക്കോ കുഞ്ഞിമമ്മുവിനോ അറിയില്ല. അത് രണ്ടു പ്രഭാതങ്ങൾക്കിടയിലെ ഒരു പ്രദോഷം പോലെ പ്രകൃതിയുടെ നിയമമാണെന്ന് ഫിലോസഫർ പറയും.

പള്ളിയുടെ മേലെ ഖബർസ്ഥാനിൽ നിരനിരയായിക്കിടക്കുന്ന മീസാൻ കല്ലുകളിലേക്ക് നോക്കി ആറ്റക്ക ചുടുചായ ഊതിയൂതി കുടിക്കും. എത്ര മയ്യത്തിന്റെ കഫിൻ പൊതിഞ്ഞ കയ്യാണിത്.. ഇടത്തേകൈയിൽനിന്നും ചായ വലത്തേക്കൈയിലേക്ക് മാറ്റുമ്പോൾ അയാളോർക്കും. ഒന്നിച്ച് ദർസ് പഠിച്ച കുഞ്ഞിപ്പോക്കർ, മഹല്ലിലെ ഓരോ വീടുകളിലും കയറിയിറങ്ങി മാസപ്പിരിവ് നടത്തിയ കോയാക്ക, പിന്നെ തന്റെ എല്ലാമെല്ലാമായ ആയിഷ. മരിച്ചു കിടക്കുമ്പോഴും നെഞ്ചുരുകിയുള്ള അവളുടെ ആ കിടപ്പ് ഇപ്പോഴും

കരളിലുണ്ടെന്ന് തോന്നി ആറ്റക്കയ്ക്ക്. പള്ളിക്കാട്ടിൽ നിറയെ പൂത്തു നിൽക്കുന്ന മൈലാഞ്ചിച്ചെടികൾ... ആ മൈലാഞ്ചിച്ചെടികളുടെ ഇലകൾ മഴപെയ്തു കുതിർന്ന മണ്ണിൽ വീണാൽ മതി. ചുവന്നുതുടക്കും ഓർമകളുടെ പച്ചമണ്ണ്.

ഇന്നെന്താ കുഞ്ഞിമമ്മു ചായയ്ക്കൊരു പൊകമണമെന്നും ചോദിച്ച് ആറ്റക്ക ചായഗ്ലാസ് അയാളെ ഏൽപ്പിച്ചു. ജീവിതംതന്നെ വലിയൊരു പുകയല്ലേ ആറ്റക്കാ എന്നു തിരിച്ചു പറഞ്ഞ് കുഞ്ഞിമമ്മു തന്റെ കഞ്ചി പ്പ്രാക്കിന്റെ കൈകൾ കൊണ്ട് മുഖം തൊടച്ചു. രമേശൻ തുന്നിയ മുട്ടോളമെത്തുന്ന നിക്കറിന്റെ വക്ക് മാടിക്കുത്തിയ കള്ളിമുണ്ടിനിടയിലൂടെ ശുദ്ധവായു ശ്വസിക്കാനെന്നവണ്ണം പുറത്തേക്ക് തലയിട്ടു.

കുഞ്ഞിമമ്മുവിന്റെ പേരിനുമുമ്പിൽ ഫിലോസഫർ എന്ന് ചേർത്തത് ആരാണെന്ന് അയാൾക്ക് ഓർമയില്ല. പീടികയുടെ അരുകുപറ്റിക്കിടക്കുന്ന ബസ് സ്റ്റോപ്പിൽ ഏതെങ്കിലും ഒരാണും പെണ്ണും മിണ്ടിയാൽ, ആരെങ്കിലും മരിച്ചാൽ, അതുമല്ലെങ്കിൽ ഒരപകടം സംഭവിച്ചാൽ അയാൾ പറയുന്ന വായിൽത്തോന്നിയ തത്വശാസ്ത്രങ്ങൾ കേട്ട ആരെങ്കിലുമാകണം. അതിപ്പോൾ പള്ളിപ്പറമ്പിലെ മീസാൻ കല്ലുപോലെ അങ്ങുറച്ചുപോയെന്ന് മാത്രം. പലരും കുഞ്ഞിമമ്മുവെന്ന പേരുതന്നെ മറന്നമട്ടാണ്. ഫിലോസഫർ എന്നോ ഫിലോസഫർക്കാ എന്നോ മാത്രമേ നാവിൽ വരൂ. ചിലർ അങ്ങനെ വിളിക്കുമ്പോൾ അയാൾ ചൂടായെന്നിരിക്കും. എങ്കിലും മുട്ടായിക്കുന്നിലെ കടയിൽപോവാൻ പ്രായമാവുന്ന ഓരോ കുട്ടിക്കും ഫിലോസഫർക്കയെ അറിയാം. ഓതാൻ പോകുന്ന ഓരോ കുട്ടികൾക്കും അയാളുടെ കടയിലെ തേനുണ്ടയുടെയും ജീരകമിഠായിയുടെയും മധുരമറിയാം. സ്ഥിരമായി തേനുണ്ട വാങ്ങുന്ന കുട്ടികളോട് ചിലപ്പോൾ അയാൾ പറയും- മധുരമധികമായാൽ ഒത്തിരി ചവർപ്പുകുടിക്കേണ്ടി വരുമെടാ മക്കളേ...

ചിലപ്പോൾ ചായ ഒഴിക്കുന്നതിനിടയിൽ അയാളൊരു പോക്കുപോകും. തോട്ടിൻകരയിൽ വീണ തേങ്ങയെടുക്കാനാണത്. കടയിൽ എത്ര ആളുണ്ടെങ്കിലും ആരും കേൾക്കാതെ അയാൾമാത്രം കേൾക്കുന്ന ശബ്ദം.

തിരിച്ചുവന്നാൽ, എന്താ കുഞ്ഞിമമ്മ്യോ ചായക്ക് പറഞ്ഞിട്ടെത്ര നേരായി എന്നാരെങ്കിലും ചോദിച്ചാൽ ഉമ്മാന്റെ പള്ളേല് പത്തുമാസം കിടന്നപ്പോ ഇല്ലാത്ത തിരക്കാണല്ലോ ഇപ്പ നിങ്ങക്ക് എന്ന് പറഞ്ഞ് ചായപ്പൊടി തിങ്ങി ആടിന്റെ അകിടുപോലെ വീർത്ത ചായപ്പോഞ്ചിയിൽനിന്നു അയാൾ ചായ ഒഴിച്ചുതുടങ്ങും. അതിൽ സ്ട്രോങ്ങും ലൈറ്റുമില്ല. എല്ലാം ഒരേ നിറത്തിൽ, ഒരേ അളവിൽ...

ഏഴുമണിയാവേണ്ട, അതിനുമുമ്പ്തന്നെ രാഘവേട്ടൻ ഏണിയുമായി ചായകുടിക്കാനെത്തും. ഏണി ഏതെങ്കിലും തെങ്ങിൽ ചാരിവച്ചാലും അയാൾ ചായകുടിക്കുന്നതിനിടയിൽ ഏണിയെത്ത ന്നെ നോക്കിക്കൊണ്ടിരിക്കും. മുട്ടായിക്കുന്നിലെ ഏക തെങ്ങുകയ റ്റക്കാരനാണ് രാഘവേട്ടൻ. ആരോടുവേണമെങ്കിലും അടികയ്യാം, എന്നാൽ രാഘവനോട് എന്തെങ്കിലും പറഞ്ഞാൽ മൊളകിട്ട കൂട്ടാൻ കൂട്ടി വയറിൽ അൾസറുവരുമെന്ന് നാട്ടിലെ ഓരോ വീട്ടുകാരും പകുതി കാര്യമായും പകുതി തമാശയായും പറയും. കേറിയാലും കേറിയാലും തീരാത്തത്ര തെങ്ങുണ്ടോ ഈ നാട്ടിൽ രാഘവാ, നിന്നോടെത്ര നാളായി രണ്ട് തെങ്ങിൽ കേരാൻ പറയുന്നു, പാലുമായി വന്ന് പത്ര ത്തിലെ ഫോട്ടോ നോക്കുന്ന നാരായണി ചോദിക്കും. നിങ്ങയൊന്ന് പോളീ, ജമാല് മാപ്ലയുടെ പറമ്പിന്റെ ഇങ്ങേ അറ്റത്ത്ന്ന് തൊടങ്ങ്യാ അങ്ങേ അറ്റമാവുമ്പോഴേക്കും വീണ്ടും ഇങ്ങേയറ്റത്തെ തെങ്ങിൽ തേങ്ങ വെളയും...രാഘവൻ പറയും. അല്ലേൽ നീ കോപ്പകാരുടെ തെങ്ങിലേ കേറൂ- പാതി കെറുവിച്ച് മുണ്ടിന്റെ കോന്തലയിൽ കുഞ്ഞി മമ്മു കൊടുത്ത കാശും ചുരുട്ടിവെച്ച് പീടേ്യൽനിന്നിറങ്ങുമ്പോൾ നാരായണി പറഞ്ഞു.

ഓ, രാഘവാ നീയത് കാര്യമാക്കണ്ട, ഓള് കേറിയ തെങ്ങ് മണ്ഡരി ബാധിച്ചതോണ്ട് രക്ഷപ്പെടാത്തതല്ലേ, എന്തൊരു ഹുങ്കായിരുന്നു. എല്ലാം പോയില്ലേ.. കുമാരൻ ദിനേശ് ബീഡിയുടെ പൊക വായുവി ലേക്കൂതി ഒന്നെരി കേറ്റാൻ പാഴ്ശ്രമം നടത്തി. എന്തോ, മനോരമ പത്രത്തിന്റെ ഓരോ പേജുകളും ഓരോരുത്തരുടെയും കൈകളിൽ ഉണ്ടായതിനാൽ അതത്ര ഏശിയില്ല. എങ്കിലും കുമാരന്റെ മനസ്സിൽ നാരായണിയുടെ ഭൂതകാലം റോസാപ്പൂ പോലെ വിടർന്നുനിന്നു.

കുമാരൻ ദൂരേക്ക് നോക്കി. ഇപ്പോഴും എല്ലാറ്റിനും സാക്ഷിയായ തോട് ഒഴുകി മുണ്ടേരിപ്പുഴയിൽ ചേരുന്നുണ്ട്. തോടിൻകരയിലെ കൈതയോല പറിച്ച് പായ മെടയാൻ അടുത്തുള്ള പുലയക്കോളനി യിൽനിന്ന് കുട്ടികൾ അടക്കമുള്ളവർ വരുന്നുണ്ട്. കൈതക്കാട്ടിൽനി ന്നും പേരറിയാത്ത പാമ്പുകൾ തല പുറത്തേക്ക് നീട്ടുന്നുണ്ട്. കാലം ഒരിക്കലും വറ്റാത്ത മുണ്ടേരിപ്പുഴയാണെന്ന് തോന്നി അയാൾക്ക്.

കുഞ്ഞിമമ്മു അവിലിൽ പാലൊഴിച്ച് അതിനുമേലെ ഓമപ്പൊടി വിതറി രാഘവനു കൊടുത്തു. കുഞ്ഞിമമ്മുവിന്റെ പീടികയിലെ സ്പെഷ്യൽ ഐറ്റമാകുന്നു എല്ലാറ്റിനും മീതെ പാല് ഒഴിക്കൽ എന്നുള്ളത്. റൊട്ടിക്കുമീതെ പാല്, അവിലിനു മീതെ പാല്, ബണ്ണി നുമീതെ പാല്. പാലൊഴിച്ച് പാലൊഴിച്ച് ഇങ്ങനെ വെളുപ്പിക്കാ തെടാ മമ്മൂ എന്ന് ചിലപ്പോൾ കുമാരനോ രാഘവനോ ആരെങ്കിലും

പറഞ്ഞെന്നിരിക്കും. അപ്പോഴൊക്കെ കറപിടിച്ച ചുണ്ടുകോട്ടി മമ്മു പറയും..തിന്ന് ജീവിക്കെടോ.. രമിക്കുമ്പോൾ കൂടെയാളുണ്ടെങ്കിലും മരിക്കുമ്പോൾ ആരും കാണില്ല. ആശയും പൂതിയും കെട്ട് പള്ളിക്കാട്ടിലേക്ക് കെട്ടിയെടുക്ക്...

ഇരുട്ട് പരക്കുന്നതോടെ പീട്യയുടെ സ്വഭാവം മാറും. മാടിക്കത്തിൽ ഗോട്ടിസോഡ വെച്ച് രാഘവനും കുമാരനും പിന്നെയും പലരും തൊട്ടടുത്ത തെങ്ങിൻപറമ്പിലേക്ക് വലിയും. കവോട്ടിക്കാ കവോട്ടിക്കാ എന്ന് മെല്ലെ കുഞ്ഞിമമ്മുവിന്റെ ചെവിയിൽ പറയും. അതോടെ പ്രസവവേദന അനുഭവിക്കുന്ന കടിഞ്ഞൂൽപേറുകാരിയുടെ അസ്വസ്ഥത അയാളെ പൊതിയും. അയാൾ പീടികയുടെ നെരകൾ ഓരോന്നായി ഝടുതിയിലിടും.

ഇതുകാൺകെ, പള്ളിയുടെ വാതിലിൽ ചാരിനിന്ന് ആറ്റക്ക കുട്ടികളോട് പറയും- എല്ലാ ഹറാമ്പറപ്പുകളുടെയും അമ്പലമാണ് മക്കളേ അവൻ. അവന്റെ പീട്യേൽ ഒറ്റയെണ്ണത്തിനെയും കണ്ടുപോകരുത്... കുട്ടികൾ ഓരേ താളത്തിൽ പറയും - ഇല്ല ഉസ്താദേ ഇല്ല...

നാല്

മുപ്പത്തിയൊമ്പതാം നമ്പർ ബസ്സ് ഡ്രൈവർ സജീവൻ തോട്ടുംകര യിൽ ഒതുക്കിയിട്ടു. അതിനപ്പുറത്തേക്കുള്ള ബസ്സ് ആണെങ്കിലും പാലം പണി പൂർത്തിയായാൽ മാത്രമേ കീച്ചേരിവരെ ബസ്സ് പോകു കയുള്ളൂ. നിറയെ പൊടി പറ്റിയ മുഖം അയാൾ അഞ്ചുലിറ്റർ കാനിൽ വീട്ടിൽനിന്ന് നിറച്ചുകൊണ്ടുവന്ന തണ്ണികൊണ്ട് കഴുകി വെള്ള ത്തോർത്തിൽ മുഖം തുടച്ചു. തോർത്താകെ കരിപിടിച്ച പോലെയായി. അയാൾ തോർത്ത് ചുമലിലിട്ട് കുഞ്ഞിമമ്മുവിന്റെ പീട്യേൽ കയറി ഒരു ചായക്ക് ഓർഡർ ചെയ്തു. പതിനൊന്ന് മണിയുടെ ട്രിപ്പാണ്. ഇനി അര മണിക്കൂർ ഇവിടെ ഹാൾഡിങ്. അതാണ് സമയക്രമം.

കീച്ചേരിവരെയുള്ള ആളുകൾക്ക് ബസ്സിൽനിന്നിറങ്ങി നടക്കു കയേ നിർവാഹമുള്ളൂ. ഭാസ്കരനും ആൾക്കൂട്ടത്തിൽ ഇറങ്ങി.

വെറുതെയൊന്ന് തോട്ടുവക്കത്തേക്ക് നോക്കിയതാണ്. അപ്പോൾ, ഒരു ഒത്തരൂപം തോട്ടിൻനിന്ന് നട്ടനിവരുന്നു. ആദ്യം കണ്ടത് പിൻ ഭാഗമാണ്. അരയോളം വെള്ളംപറ്റിയ ഒറ്റമുണ്ട് കാലിൽ ഒട്ടിപ്പിടി ച്ചിരിക്കുന്നു. കാലിൽ എന്തോ തറച്ചതുപോലെ അയാൾ അവിടെ നിന്നു, മെല്ലെ തോട്ടിൽനിന്ന് രൂപം നിവരുന്നതും നോക്കിനിന്നു. അപ്പോഴാണ് കുഞ്ഞിമമ്മുവിന്റെ വീടര് പാത്തുമ്മ ഉച്ചയ്ക്ക് പൊരിക്കാ നുള്ള ഒണക്കത്തെരണ്ടിയെടുക്കാൻ റോഡ് മുറിച്ച് പീട്യയിലേക്ക് വന്നത്.

നല്ല ഉണങ്ങിയ കാക്കത്തെരണ്ടി മുളകും മഞ്ഞളും തേച്ച് രണ്ടുകായി വെള്ളുള്ളി അതിലേക്ക് ചതച്ചിട്ട് ആവശ്യത്തിനു എണ്ണയിൽ മുക്കി പൊരുച്ചെടുത്താൻ മൂപ്പർക്ക് ചോറിന് വേറൊന്നും വേണ്ട. രണ്ടുകിണ്ണം നിറയെ ചോറ് തിന്നും. ഇന്ന് പച്ചമീനൊന്നും കിട്ടിയതുമില്ല. അതാണ് പാത്തുമ്മ പീട്യയിലേക്ക് വന്നത്.

അപ്പോഴാണ് കാലിനടിയിൽ മുള്ളുതറച്ചതുപോലുള്ള ഭാസ്കരന്റെ നില്പും ചെരിഞ്ഞുള്ള നോട്ടവും പാത്തുമ്മ കണ്ടത്.

പാത്തുമ്മ കണ്ടു എന്ന് മനസ്സിലായപ്പോൾ ഭാസ്കരൻ തോട്ടുവക്കത്തേക്ക് വിരൽചൂണ്ടി ചോദിച്ചു- അല്ല ഉമ്മ്യേറ്റാരെ ഓള് തിയ്യത്തിയാ?

നിനക്കെന്തിന്റെ സൂക്കേടാ, കെട്ടാൻ വല്ല പൂതിയുമുണ്ടോ.

ഓളെ മംഗലം കയിഞ്ഞിട്ടില്ലേൽ നോക്കാം.

അപ്പോൾ ജാതിയോ...

മനുഷ്യജാതിയല്ലേ ഉമ്മ്യേറ്റാരേ, വേറെന്ത് നോക്കാനാ...അതും പറഞ്ഞു ഭാസ്കരൻ മെല്ലെ നടന്നു നീങ്ങി.

ഇന്ന് പണയിൽനിന്ന് കല്ലെടുക്കുന്ന ദിവസമാണ്. പത്തേക്കർ അണ്ടിത്തോട്ടമുണ്ട്. അതിൽ കശുവണ്ടികൂടാതെ നെയ്പുല്ലും കല്ലുകൊത്തുന്ന പണകളും.

അയാളുടെ പത്തേക്കറിലെ നെയ്പുല്ലാണ് മുട്ടായിക്കുന്നിലെ പല വീടുകളിലെയും മോന്തായം. ആദ്യമഴ പെയ്യുംമുമ്പെ പൊരകൾ കെട്ടി മേയണം. അല്ലെങ്കിൽ മേയുന്ന കുമാരനെ കിട്ടില്ല. കുമാരൻ ഒഴികെ ആര് പൊരമേഞ്ഞാലും ഒരു തുള്ളി മഴയെങ്കിലും വീടിനുള്ളിൽ വീഴും. അതുകൊണ്ട് മഴ വരുന്നതിനുമുമ്പുള്ള രണ്ട് മാസം കുമാരന് കലക്ടറേക്കാൾ തിരക്കും വിലയുമുണ്ടാകുമെന്നാണ് നാട്ടിലെ സംസാരം.

കല്ലുവെട്ടാനുള്ള പണ ഏക്കർ കണക്കിനാണ് കൊടുക്കുക.

പുല്ലാകട്ടെ സെന്റ് കണക്കിനും.

അങ്ങനെ പാട്ടത്തിനെടുത്ത പുല്ല് പറിക്കാൻ രാവിലെ സ്ത്രീകൾ അരിവാളുമായി കാനച്ചേരിക്കുന്ന് കയറും. ഇടയ്ക്കൊന്നിരുന്ന് മടിയിൽ കെട്ടിവച്ചിരിക്കുന്ന ചവക്കാനെടുത്ത് മുറുക്കും. വിളഞ്ഞു നിൽക്കുന്ന പുല്ലിലേക്ക് നീട്ടിത്തുപ്പും. സ്വർണക്കളറിൽ കാറ്റിലാടി നിൽക്കുന്ന പുല്ലിന്റെ തുമ്പ് രക്തം തെറിച്ചതുപോലെയാവും ചവച്ചുതുപ്പലിൽ..

ഭാസ്കരൻ മെല്ലെ അവിടെ നിന്നും നടക്കാൻ തുടങ്ങി. അയാളുടെ മനസ്സിൽ നീലാകാശം മയിലെന്നമാതിരി ചിറക് വിടർത്തി. ആ പിൻഭാഗം...കണ്ണിൽ പാറക്കഷ്ണംപോലെ അത് തറച്ചുനിൽക്കുന്നു.

അയാൾ പറമ്പിൽനിന്നും മടങ്ങുമ്പോൾ പതിവിലും വൈകി. മുപ്പത്തൊമ്പതാം നമ്പർ ബസ്സ് വൈകുന്നേരം ഏഴു മണിയുടെ ട്രിപ്പ് പോയ്ക്കഴിഞ്ഞിരിക്കുന്നു. അയാൾ നിരയിട്ട കുഞ്ഞിമമ്മുവിന്റെ പീട്യേലിലെ ആടുന്ന ബെഞ്ചിൽ മലർന്നുകിടന്നു. വയലുകളിൽനിന്ന് പേക്കാച്ചിത്തവളകളുടെ കരച്ചിൽകേൾക്കാം. തോട്ടിലൂടെ വെള്ളമൊഴുകുന്നതിന്റെ ആരവമുയരുന്നു ചെവിയിൽ. ആകാശത്ത് നിറയെ

നക്ഷത്രങ്ങൾ.

അയാൾ പാട്ടും കിട്ടിയ പണം ട്രൗസറിന്റെ കീശയിൽനിന്നുമെടുത്ത് അരയിൽ തിരുകി. ആറ്റക്ക ഇശാ നമസ്കരിച്ച് പള്ളിയിൽനിന്നും വീട്ടിലേക്ക് പോകുന്നത് അയാൾ കണ്ടു.

പള്ളിക്കാട്ടിൽനിന്നു മൈലാഞ്ചിച്ചെടികളെ തഴുകിവന്ന കാറ്റ് അയാളുടെ ഉടലിലൂടെ കടന്നുപോയി. മരിച്ച അനേകരുടെ മണം അയാളപ്പോൾ ശ്വസിച്ചു.

ഭാസ്കരൻ ബെഞ്ചിൽ നീണ്ടു നിവർന്നു. ഇനി രാവിലെ അഞ്ചു മണിക്കാണ് മുപ്പത്തിയൊമ്പതിന്റെ ആദ്യ ട്രിപ്പ്. സുഹ്ബ് ബാങ്ക് കൊടുക്കുമ്പോൾ എഴുന്നേറ്റാൽ മതി. അയാൾക്ക് കിടന്നിട്ട് ഉറക്കം വന്നില്ല. അയാൾ തോട്ടിൻവക്കത്തേക്ക് നടന്നു. നാരായണിയെക്കണ്ട അതേ സ്ഥലത്ത് പോയി വസ്ത്രങ്ങൾ അഴിച്ച് തോട്ടിലേക്ക് ചാടി. നഗ്നമായ ഉടലിൽ ഒരു കണ്ണിക്കുറിയൻ വന്ന് കൊത്തി. അയാൾ ഇക്കിളിയാൽ പുളഞ്ഞു.

ഒരാഴ്ച കഴിഞ്ഞപ്പോൾ നാരായണിയുടെ ഉടലിൽ ഭാസ്കരന്റെ വിരലുകൾ അനേകം കണ്ണിക്കുറിയൻമാരെപ്പോലെ നീന്തിത്തുടിച്ചു.

അഞ്ച്

നഗരത്തിലേക്ക് തുറന്നിട്ട ഈ ഒറ്റജാലകത്തിലൂടെ പുറത്തേക്ക് നോക്കുമ്പോൾ പുകപിടിച്ച ആകാശം കാണാം. നിറയെ പുകയുടെ കൊമ്പുകൾ. ചാഞ്ഞും ചെരിഞ്ഞും ഇലകളില്ലാത്ത കിളികളെല്ലാം ഉപേക്ഷിച്ച കൊമ്പുകൾ. അവ വളരുകയാണ്. മെല്ലെ മെല്ലെ അതിനു കൈകൾ വളരുന്നു. കാലുകൾ കവച്ചുവെച്ച് മേഘങ്ങൾക്കിടയിലൂടെ നീളുന്നു. അസ്തമിക്കാത്ത ആകുലതകളുടെ നഗരത്തിൽ സൈറൻ മുഴക്കിപ്പായുന്ന ആംബുലൻസിനെപ്പോലെ പുക വേഗത്തിൽ വേഗത്തിൽ മേഘം കീറിപ്പായുന്നു...

ആരാണ് വാതിലിൽ മുട്ടുന്നത്? അതെ... ആരോ വാതിലിൽ താളംപിടിക്കുന്നു. താളം മുറുകുന്നു. അത് ഉച്ചസ്ഥായിലെത്തുന്നു. കാറ്റ് ജാലകപ്പഴുതിലൂടെ ഉടലിനെ കൊത്തുന്നു.

തലച്ചോറിൽ ഒരുപാമ്പ് ഫണം വിടർത്തുന്നു. ഓർമകളുടെ പടം പൊഴിക്കുന്നു.

കടലിൽനിന്ന് ഉപ്പുതരികളെയെപോലെ, മിന്നലിൽനിന്ന് വെളിച്ചത്തിന്റെ ദണ്ഡിനെയെന്നപോലെ ഓർമകളെ പിരിച്ചെടുക്കുന്നു.

നീല, വയലറ്റ്, പിങ്ക്, മഞ്ഞ... ഓർമകളുടെ നിറങ്ങൾ... ഓർമയുടെ കറുത്ത ഉത്സവങ്ങൾ

ആരാണ് തന്നെ ഈ നഗരത്തിലേക്ക് വലിച്ചുകൊണ്ടുവന്നത്? കടൽപോലെ അലറുന്ന, ഹിംസ്രജന്തുവിനെപ്പോലെ സദാ മുക്രയിടുന്ന, വിയർപ്പുമണക്കുന്ന നഗരം.

പുറത്തെ ഇരുട്ടിന് കറുപ്പല്ല, ചെമ്പിച്ച കാവി നിറം...

അയാൾ മെല്ലെ നെറ്റ് കണക്ഷൻ ഓണാക്കി,

ഓൺലൈനിൽ രശ്മി. വാട്സ് ആപ്പിൽ നിറയെ അവളുടെ സന്ദേശങ്ങൾ.

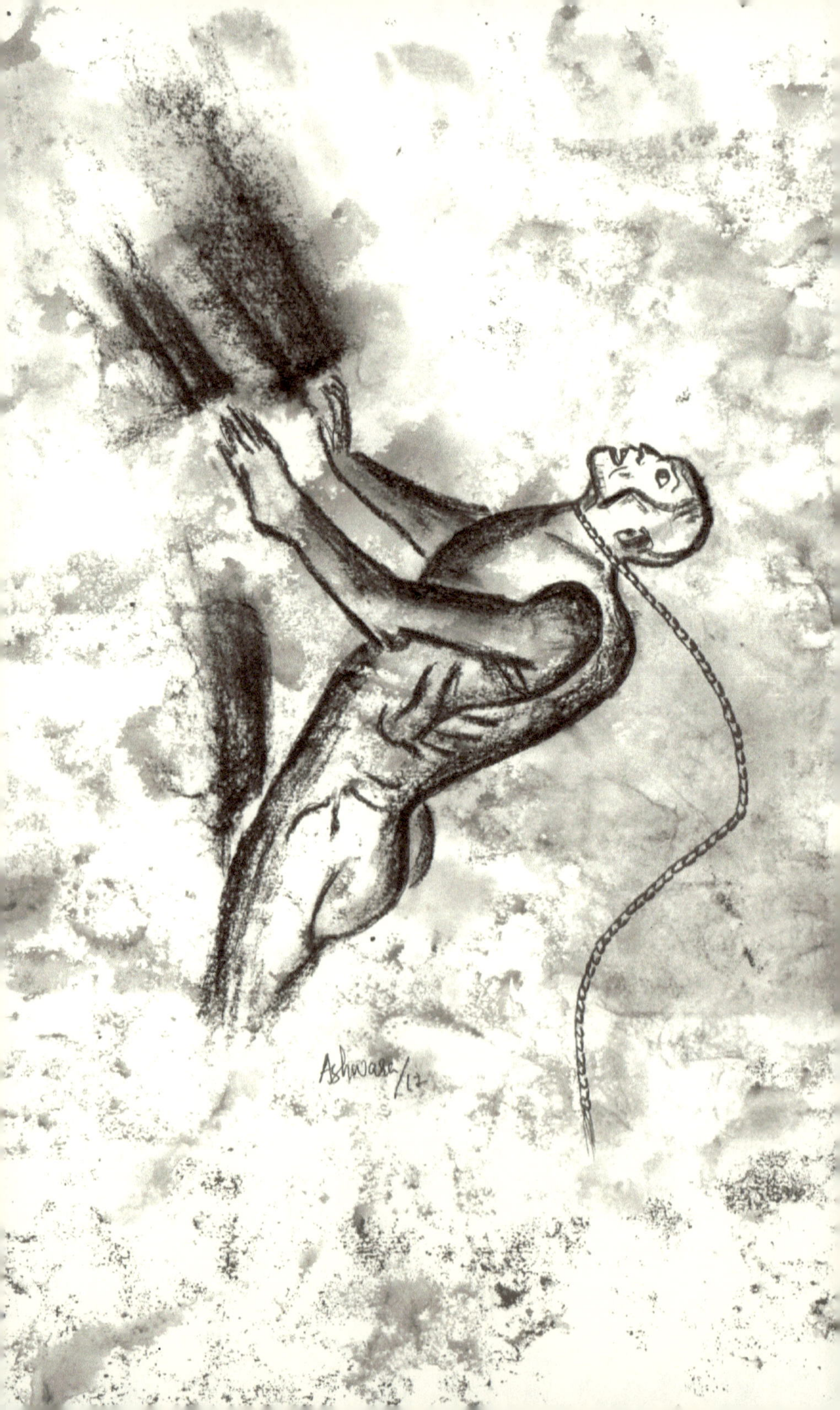

അവളോട് ഇന്നലെപ്പറഞ്ഞ കഥയുടെ ബാക്കി എങ്ങനെയാണ് പൂരിപ്പിക്കേണ്ടത്? പ്രത്യേകിച്ച് കഥയിൽ കഥാപാത്രങ്ങൾ ഇടപെട്ട പ്പോൾ? എവിടെയാണ് തനിക്കും രമേശനും സാമ്യമുള്ളത്? രശ്മിക്കും നെസ്‌ലിക്കുമിടയിൽ എവിടെയാണ് സാമ്യമുള്ളത്. ജീവിതം ആവർ ത്തനങ്ങളുടെ പെരുക്കപ്പെട്ടികയായി മാറുകയാണ്.

അവൾ വിചാരിച്ചതുപോലെത്തന്നെ ഓൺലൈനിൽ കണ്ടതും ചോദ്യവുമായെത്തി.

രശ്മി: എന്നിട്ട്?

അർഷാദ് : എന്നിട്ടെന്ത്?

രശ്മി: അല്ല നെസ്‌ലിയുടെ കഥ? രമേശന്റെ കഥ?

അർഷാദ്: എടോ തനിക്ക് പോയി കിടന്നൂടെ?

രശ്മി: ഇല്ല- നീ പറയ്

അർഷാദ്: എന്ത് പറയാൻ?

രശ്മി: പകുതിയിൽ നിർത്തിയ കഥ

അർഷാദ്: എടാ എല്ലാ കഥയും അപൂർണമാണ്.

രശ്മി: നീയാര്, ഫിലോസഫർ കുഞ്ഞിമമ്മുവോ, ഒന്നുപോടേയ്

അർഷാദ്: അത് പിന്നെപ്പോരെ?

രശ്മി: ഇന്നൊരു തമാശയുണ്ടായി, കോളെജിൽ കാൻസർ രോഗി കൾക്ക് മുടി നൽകാൻ താല്പര്യമുണ്ടോയെന്ന് ചോദിച്ച് നോട്ടീസ് വന്നു.

അർഷാദ്: എന്നിട്ട്?

രശ്മി: എന്നിട്ടെന്ത്?, ഞാൻ പേര് കൊടുത്തു.

അർഷാദ്: അതിന് നിനക്ക് അത്രനീളമുള്ള മുടിയെവിടെ?

രശ്മി: എൻ.എസ് മാധവന്റെ കാണി നീ വായിച്ചിട്ടുണ്ടോ? പോട്ടെ, സാറാജോസഫിന്റെ മുടിത്തെയ്യമുറയുന്നു?

അർഷാദ്: നട്ടപ്പാതിരയ്ക്ക് മനുഷ്യനെ വട്ട് പിടിപ്പിക്കരുത്. ഒന്നുപോയേ...

രശ്മി: ഇന്നലെയും ഒരാലോചന വന്നിരുന്നു. ഞാൻ മുടി മുറിച്ചാൽ അത് വളരുന്നവരെയെങ്കിലും, അല്ലെങ്കിൽ ഫെമിനിസ്റ്റാണെന്ന് കരുതി ആലോചന മുടങ്ങിയേക്കാം. ഈ ആൺവർഗത്തിന് മുടിമു റിച്ച പെണ്ണിനെ പേടിയാണല്ലോ

അർഷാദ്: നല്ല ചുങ്കനാണോ...

രശ്മി: ചുങ്കൻ തന്നെ, അവൻ എന്നെത്തന്നെ നോക്കിനിന്നു. നോക്ക ട്ടെയെന്ന് ഞാനും തീരുമാനിച്ചു. അഞ്ചു മിനുട്ട് പോസ്റ്റായപ്പോൾ

ഞാൻ ചോദിച്ചു- വെള്ളമടിക്കുമോ?

അർഷാദ്: എന്നിട്ട്?

രശ്മി: പണ്ട് കുടിച്ചു എന്ന്, അപ്പോൾ ഞാൻ പറഞ്ഞു, ഞാൻ ഇപ്പോഴും കുടിക്കുമെന്ന്

അർഷാദ്: സത്യം, നീ കുടിക്കാറുണ്ടോ?

രശ്മി: ഒരിക്കൽ കോളേജിൽ ഒരു സമരത്തിനിടെ സുഹൃത്തിന്റെ വീട്ടിൽപോയി വൈൻ കുടിച്ചിരുന്നു. അര ഗ്ലാസ് അകത്താക്കിയപ്പോൾത്തന്നെ പൊട്ടിച്ചിരിക്കാൻ തുടങ്ങി. പിന്നെ രഹസ്യങ്ങൾ പിടിവിട്ടുപോകും എന്ന് തോന്നിയപ്പോൾ അവിടെ നിന്നും ഓടിരക്ഷപ്പെട്ടു.

അർഷാദ്: ശരി, മുടിവിപ്ലവം... ജയിക്കട്ടെ...

രശ്മി: എന്തായാലും മതവിപ്ലവം വരും. അതിനിടയിൽ ഒരു മുടിവിപ്ലവം നടക്കട്ടെ...

അർഷാദ്: മനുഷ്യമതം...ആകാശമിഠായി ലാൽസലാം

രശ്മി: അനുഭവിക്കേണ്ടത് ഞാൻ. നിനക്ക് വിപ്ലവം നാക്കിൻതുമ്പത്ത് മാത്രം

അർഷാദ്: നമ്മൾ ഈ രാത്രി യുദ്ധം തുടങ്ങണോ?

രശ്മി: എല്ലാ കാര്യത്തിലുമുള്ള നിന്റെ ലാഘവത്വം എനിക്കത്ര ഇഷ്ടപ്പെടുന്നില്ല.

അർഷാദ്: മുറിയുടെ ഏകാന്തത.

രശ്മി: അതിന് ?

അർഷാദ്: ഒന്നും വേണ്ടേയ്, ചുമ്മാ പറഞ്ഞതാ... അപ്പോൾ ശരി, ഉറക്കത്തിൽ നല്ല സ്വപ്നങ്ങൾ നക്ഷത്രങ്ങളായി പൂക്കട്ടെ.

രശ്മി: പോടാ, സ്വപ്നം പോയിട്ട് ഒരു റോസാപ്പൂവ് പോലും പൂക്കാറില്ല ഈയിടെയായി സ്വപ്നത്തിൽ...gdn8

അർഷാദ്, കിടക്കാൻ നേരം വാട്സ് ആപ്പിന്റെ സ്റ്റാറ്റസ് ഇങ്ങനെ മാറ്റിയെഴുതി

ഇന്നലെ ഞാൻ സ്വപ്നത്തിൽ കുട്ടികളുമായി പശു കളിക്കുകയായിരുന്നു. കഴുത്തിൽ കയർ മുറുകി നിലവിളിക്കുമ്പോൾ, ഗാനം തെറ്റിച്ചു എന്ന് പറഞ്ഞ് തുടയിൽ ഭൂപടം വരച്ചു. കാടി കുടിക്ക് പശു എന്ന് പറഞ്ഞ് കല്ലെടുത്ത് വായിൽ തിരുകി. വാലു വട്ടത്തിൽ ചുഴറ്റി ഇതാണോ മലയാളം മാഷ് പഠിപ്പിച്ചുതന്ന വൃത്തം എന്ന് ചോദിച്ചു. രാവിലെ എഴുന്നേറ്റ് പത്രമെടുക്കാൻ പോയപ്പോൾ മരിച്ചുപോയ അച്ഛൻ കസാരയിൽ ഇരിക്കുന്നു, ബേ ബേ എന്ന് കരഞ്ഞു മറ്റൊരു പശുവായി.... (രമേശന്റെ കവിത)

ആറ്

പുലർച്ചയ്ക്ക് നാല് മണിക്കാണ് അർഷാദിന്റെ ഉപ്പ അറവ് തുടങ്ങുക. പൊള്ളാച്ചി ചന്തയിൽ നിന്നാണ് അബൂബക്കർ കാലികളെ എടുക്കാറ്. ചൊവ്വ, വ്യാഴം ദിവസങ്ങളിൽ നടക്കുന്ന കാലിച്ചന്തയിൽ നാല്പതിനായിരത്തോളം കാലികളുണ്ടാകും. ആന്ധ്ര, തെലുങ്കാന, കർണാടക, മഹാരാഷ്ട്ര എന്നീ പതിമൂന്ന ഇടങ്ങളിൽനിന്നുമാണ് പൊള്ളാച്ചിയിലേക്ക് ഉരുക്കളെത്തുക. രാത്രിയോടെ പിക്കപ്പ്വാനമായി അബൂബക്കർ പുറപ്പെടും. കൂടെ പി.ജി കഴിഞ്ഞ് നിൽക്കുന്ന അർഷാദിനെയും കൂട്ടും. തനിക്കൊരു ജോലി കിട്ടിയാൽ ഈ അറവുപണി ഉപ്പയ്ക്ക് അവസാനിപ്പിക്കാമെന്ന് അവൻ ഇടയ്ക്കിടെ പറയാറുണ്ട്. നിനക്ക് നാണക്കേടും മാനക്കേടും വന്നുതുടങ്ങിയെങ്കിൽ നീ എന്റെകൂടെ വരേണ്ടടാ എന്ന് അയാൾ മകനോട് പറയും. എന്നാൽ താനടക്കമുള്ള മൂന്നുമക്കളെ ഉപ്പ വളർത്തിയത് ഈ അറവുകൊണ്ടാണെന്ന് അവനറിയാം. അതുകൊണ്ട് ഇന്റർവ്യൂകൾക്കിടയിലെ ഇടവേളകളിൽ അവൻ ഉപ്പയെ സഹായിക്കാൻ അറവുശാലയിലെത്താറുണ്ട്.

നല്ലയിനം കാലികളെ കിട്ടണമെങ്കിൽ പൊള്ളാച്ചിച്ചന്തയിൽ ത്തന്നെ പോകണം-ഉപ്പ പറയും. ഓരോ ഉരുവിന്റെയും പുറത്ത് തട്ടിനോക്കി, അതിന്റെ കണ്ണുകളിൽ നോക്കിയാണ് ഉപ്പ വിലപറയാറ്. അപ്പോഴൊക്കെ അർഷാദ് മാറി നിൽക്കുകയേ ചെയ്യാറുള്ളൂ. കാലിയുടെ കണ്ണിലെ ആ രോദനം അവന്റെ നെഞ്ചിൽത്തറയും. കാലിച്ചന്തയിലുള്ള ഒരു കാലിയുടെ കണ്ണിലും പ്രതീക്ഷയുടെ വെളിച്ചമല്ല, മരണത്തിന്റെ നിലവിളിയാണെന്ന് അവനുതോന്നും. അതുകൊണ്ട് അവൻ അതിന്റെടുത്തേക്ക് പോകാറില്ല.

കാലിയെ പിക്കപ്പിൽക്കയറ്റുന്നതും അറുക്കാൻ തൊട്ടടുത്ത അറവുശാലയിലേക്ക് കയറ്റുന്നതും ഉപ്പയാണ്. സുഹ്ബ് നമസ്കരിച്ചാണ് ആറ്റക്ക അറവുശാലയിലേക്ക് എത്തുക. അയാൾ അറവുശാലയിലെത്തിയാൽ വെള്ളത്തുണിയുടെ മേലെച്ചുറ്റിയ പച്ച അരപ്പട്ട ആദ്യം

ഇത് പൊതുവഴിയല്ല
Ashwasa/17

അഴിച്ചുമാറ്റും. പിന്നെ തുണിയും. അതുകഴിഞ്ഞ് സഞ്ചിയിൽ കരുതിയ കള്ളിമുണ്ട് ഉടുത്ത് അബൂബക്കർ നൽകിയ കത്തി ഒന്നുകൂടി കല്ലിൽ രാകി വെറ്റിലച്ചെല്ലത്തിൽനിന്ന് വാസനച്ചുണ്ണാമ്പ് നന്നായി പുരട്ടി ഒരു വെറ്റില വായിലിടും. അപ്പോഴേക്കും അബൂബക്കർ കാലിക്ക് നന്നായി വെള്ളം കൊടുത്ത് അതിന്റെ നാലു കാലും ചേർത്തുകെട്ടി ഒന്നു ചെറുതായി തള്ളും. അതോടെ കാലി ഒന്നു കുതറി ഒരു വശത്തേക്ക് ചെരിയും. പിന്നെ അതിന്റെ തലയെടുത്ത് കരിങ്കില്ലിന്റെ മുകളിലേക്ക് കയറ്റിവെക്കും. അപ്പോൾ അതിന്റെ ഒരു നോട്ടമുണ്ട്. അതു കണ്ടുനിൽക്കാൻ കഴിയാറില്ല അർഷാദിന്. ആ നോട്ടത്തിന്റെ ദയനീയതയിൽ മനസ്സുവേവുമ്പോൾ പലപ്പോഴും ഈ പണി നിര്ത്തി വേറെവല്ല പണിയും ചെയ്യരുതോ എന്ന് അർഷാദ് ഉപ്പയോട് ചോദിക്കാറുണ്ട്. ഈ പ്രായത്തിൽ പാരമ്പര്യമായി കിട്ടിയ പണിയല്ലാതെ വേറെയെന്തിന് പോകാനാ എന്ന് അയാൾ അവനോട് ചോദിക്കും. മുട്ടായിക്കുന്നിലെ പേരുകേട്ട അറവുകാരനായിരുന്നു ഉപ്പാപ്പ ഹംസ. കണ്ണുകൾ സദാ ചുവന്ന് കഞ്ചിപ്രാക്കിനുമേൽ പച്ചബെൾട്ടും പച്ച ബെൽട്ടിൽ നിറയെ പച്ചനോട്ടുമായി ചെരുപ്പിടാതെ നടക്കുന്ന അയാളെ നാട്ടുകാർ ബഹുമാനിച്ചു. പെരുന്നാൾ, നാല്പതുകുളി, മുടികളയൽ എന്നുവേണ്ട ഏത് ആഘോഷത്തിനും ദൂരെ ദിക്കുകളിൽനിന്നുപോലും ഇറച്ചിതേടി ആളുകളെത്തി. അയാൾത്തന്നെയായിരുന്നു കാലികളെ അറുത്തിരുന്നതും. അയാളൊന്ന് നോക്കിയാൽത്തന്നെ എത്രവലിയ കാലിയായാലും അപ്പോൾത്തന്നെ മരിച്ചുവീഴുമെന്ന് നാട്ടുകാർക്കിടയിൽ സംസാരമുണ്ടായിരുന്നു. അങ്ങനെയുള്ള ഉപ്പയിൽനിന്നാണ് അബൂബക്കർ പണി പഠിച്ചത്. എന്നിട്ടും അയാൾക്ക് കാലിയെ അറുക്കാനുള്ള ധൈര്യം ഇതുവരെയും കിട്ടിയിട്ടില്ല.

ഇന്നും കാലിയെയും തെളിച്ച് ഉപ്പ അറവുശാലയിലേക്ക് നടക്കാൻ തുടങ്ങുകയായിരുന്നു. നിലാവ് പൂർണമായും അസ്തമിച്ചിട്ടില്ല. ആറ്റക്ക വരണമെങ്കിൽ ജമാഅത്ത് തീരണം. ഫിലോസഫർ കുഞ്ഞിമമ്മുകൊടുക്കുന്ന പൊക മണക്കുന്ന ചായ കുടിച്ചു കഴിയണം. അതുകഴിഞ്ഞാലേ ആറ്റക്ക അറവുശാലയിലേക്ക് ഊദ് മണവുമായി എത്തുകയുള്ളൂ.

പെട്ടെന്നാണ് ഒരുകൂട്ടം ആളുകൾ അറവുശാലയിലേക്ക് പാഞ്ഞടുത്തത്. എന്താണെന്ന് ചോദിക്കുന്നതിനുമുമ്പെ കയ്യിൽകരുതിയ കത്തികൊണ്ട് അറവുശാലയുടെ ചുറ്റും കെട്ടിയ കാലികളെ അവർ കെട്ടറുത്തുവിട്ടു. കെട്ടഴിഞ്ഞ കാലികൾ തലങ്ങും വിലങ്ങും ഓടി, ആരാടാ എന്ന് ഉപ്പ ചോദിക്കുന്നതിനുമുമ്പെ നീ പശുവിനെ കൊല്ലുന്നോടാ എന്ന് ചോദിച്ച് കത്തിയുടെ പിടികൊണ്ട് ചെകിടിന് ഒന്നുകിട്ടി. ഇനി മേലാൽ നീയിനിപ്പണി ചെയ്യരുതെന്നും പറഞ്ഞ് അറവുശാലയ്ക്ക് തീയിട്ടു. ഉപ്പ നിലവിളിക്കാൻ പോലുമാവാതെ

ഒറ്റയിരിപ്പിരുന്നു. അപ്പോഴും അയാൾ പറയുന്നുണ്ടായിരുന്നു ഇത് പശുവല്ലെ, കാളയാ എന്ന്...

വന്നവരുടെ കൂട്ടത്തിൽ അയാൾ ഒരാളെ കൃത്യമായി തിരിച്ചറിഞ്ഞു. എല്ലാ പെരുന്നാളിനും അർഷാദിന്റെകൂടെവന്ന് പോത്തുബിരിയാണി കഴിച്ചുപോകുന്ന രാജേഷ്. എല്ലാ മതത്തിൽപ്പെട്ടവരും വഴിയായി ഉപയോഗിച്ചുകൊണ്ടിരുന്ന ശ്രീകൃഷ്ണ ക്ഷേത്രത്തിന്റെ റോഡിൽ ഇതു പൊതുവഴിയല്ല എന്ന് രാജേഷ് ഒരു ദിവസം ബോർഡുനാട്ടിയത് പൊടുന്നനെ അയാൾക്ക് ഓർമവന്നു. അയാൾ മെല്ലെ തലയുയർത്തി നോക്കി. ഇപ്പോഴും അമ്പിളിക്കല മാനത്തുണ്ട്. കാലികൾ മരണത്തിൽനിന്ന് രക്ഷപ്പെട്ട് എവിടേക്കോ പോയിരിക്കുന്നു. അയാൾ കുറേനേരം താടിക്കു കൈയും കൊടുത്ത് തളർന്നിരുന്നു. പിന്നെ മെല്ലെ എഴുന്നേറ്റ് പൊരയിലേക്ക് നടന്നു.

തന്റെ മകനെ ഇനിയീ നാട്ടിൽ നിർത്തരുതെന്ന് നടക്കുന്നതിനിടയിൽ അയാൾക്ക് തോന്നി. ഇത്രയും കാലം പെരുന്നാളിന് പോത്തുബിരിയാണിയും ഓണത്തിന് പായസവും പരസ്പരം കൈമാറിയ നാടാണ്. ഇനി അങ്ങനെയായിരിക്കില്ലെന്നു അയാൾക്ക് തോന്നി. അയാൾ തന്റെ കയ്യിൽ ഉള്ള കാശിൽനിന്ന് കുറച്ച് മാറ്റിവെച്ച് ബാക്കി മുഴുവൻ അർഷാദിന് കൊടുത്തിട്ട് പറഞ്ഞു: നീ തീവണ്ടി സ്റ്റേഷനിലേക്ക് പൊയ്ക്കോ.. ആദ്യം കാണുന്ന വണ്ടിയിൽകയറി എവിടെയെങ്കിലും പോയി ഒരു ജോലി കണ്ടുപിടിക്കു... അവന് മറുത്തൊന്നും പറയാൻ തോന്നിയില്ല. രശ്മിയെ ഒന്നു കാണണമെന്ന് തോന്നിയെങ്കിലും അത് വേണ്ടെന്ന് മനസ്സിനെ പിടിച്ചിരുത്തി. ഇന്നും അവൾക്കറിയില്ല, അവന്റെ ഭൂതകാലം. പലവട്ടം അത്തരത്തിൽ ശ്രമം അവൾ നടത്തിയിട്ടുണ്ടെങ്കിലും വിദഗ്ധമായി തലയൂരുകയായിരുന്നു. ഇപ്പോൾക്കണ്ടാൽ ചരിത്രം മുഴുവൻ പാടേണ്ടിവരും. പാട്ടുപാടുന്ന, കവിതയെഴുതുന്ന അർഷാദ് മാത്രമാണ് അവൾക്ക് അവൻ... അത് അങ്ങനെത്തന്നെ നിന്നോട്ടെയെന്ന് അവനു തോന്നി.

ട്രയിൻ വരുന്നതിനുമുമ്പ് അവൻ വാട്സ് ആപ്പ് ഓണാക്കി. ഇല്ല, അവൾ ഉണർന്നിട്ടില്ല. അവൻ അവൾക്ക് വേണ്ടി ഒരു സ്റ്റാറ്റസിട്ടു-

നോക്കു, നഷ്ടപ്രണയം കൊഴിഞ്ഞുപോയ പൂക്കളെപ്പോലെയാണ്. ഇന്നലെവരെ അന്തരീക്ഷം നിറഞ്ഞുനിന്ന അതിന്റെ മണം നിങ്ങളെ ഉന്മത്തയാക്കിയിരുന്നില്ലേ. ലോകമേ കാണൂ എന്ന് പറഞ്ഞ് ജനാലയ്ക്കരികിൽ നിന്നുള്ള അതിന്റെ തലോടൽ മത്തുപിടിപ്പിച്ചിരുന്നില്ലേ. ഇതളുകളിൽ മഞ്ഞുതുള്ളി ഉമ്മ വെക്കുന്നത് ഒരിക്കൽപ്പോലും കണ്ടിരുന്നില്ലേ, ദേ എന്നിട്ടിപ്പോൾ പറയുന്നു. പ്രണയമേ നീ എത്ര ക്രൂരനാണെന്ന്... (രമേശന്റെ കവിത)

ഏഴ്

ആറ്റക്കയുടെ കിണറിൻകരയിൽ രാവിലെ ആറിനുതുടങ്ങും വെള്ളംകോരാനെത്തുന്നവരുടെ തിരക്ക്... അതു തീരുമ്പോ ഴേക്കും രാവിലെ ഒൻപതുമണി കഴിയും. പിന്നീട് പല നിറത്തിലുള്ള കുടങ്ങളും പ്ലാസ്റ്റിക് ബക്കറ്റുകളും കിണറ്റിൻ കരയിൽ നിറയുക വൈകിട്ട് അഞ്ചു മണിക്കുശേഷമാണ്.

ഉറവവറ്റാത്ത കിണർ മുട്ടായിക്കുന്നിന്റെ ദാഹശമനിയാകുന്നു. ചെങ്കല്ലു രാകി ആൾമറകെട്ടിയ കിണറിനു ചുറ്റുമിപ്പോൾ പത്തില ധികം കാണും കപ്പിയും കയറും. ഇരുപതോളംകുടുംബങ്ങൾ കക്കൂ സ്സിലേക്കുള്ള വെള്ളംമുതൽ അടുക്കളയിലേക്കുള്ള വെള്ളംവരെ അതിൽനിന്നും കോരുന്നു. ചിലർ ഉമിക്കരിയും ഈർക്കിലിയുമായി വന്നു തടമെടുത്ത തെങ്ങിൻചുവട്ടിൽ ഒരു കപ്പ് വെള്ളവുമായി പോയി പല്ലുതേക്കുന്നു. കഫം കാർക്കിച്ച് തുപ്പുന്നു. മറ്റുചിലർ ജനകീയാസൂത്ര ണത്തിന്റെ ഭാഗമായി പുറത്ത് നിർമിച്ച കക്കൂസിൽ പോയിരിക്കുന്നു. ചില കുട്ടികൾ തോർത്തുമുണ്ടും ഉടുത്തുവണ്ട് നിറച്ചുവച്ച ഏതെങ്കിലും പാത്രത്തിലെ വെള്ളവുമെടുത്ത് ഏതെങ്കിലും തെങ്ങിന്റെ ചോട്ടിൽ പോയിനിന്ന് തലയിലൂടെ വെള്ളം കമിഴ്ത്തും. ചേരിക്കുച്ച് കൊണ്ട് ഉടലാകെ തേക്കും. പിന്നെ, പകുതി മുറിച്ച ലൈഫ് ബോയി സോപ്പിന്റെ കട്ടകൊണ്ട് ഉള്ളംകാൽ മുതൽ തലവരെ പതപ്പിക്കും. അതേ മുണ്ടുമുടുത്ത് സ്കൂളിൽപോകാൻ വൈകി ഞാൻ പോന്നേ എന്നും പറഞ്ഞ് ഒരൊറ്റ ഓട്ടമാണ്. എടാ, ഈ കുടമൊന്നെടുത്തുപോടാ ഹെമാറേ എന്നോ, നായിന്റെ മോനേ നിന്റെ ഹലാക്കിന്റെ ഓട്ടം ഓടല്ലെടാ എന്നോ ആരെങ്കിലും പിറകിൽനിന്ന് പറയുന്നുണ്ടാകും. അതൊന്നും ആരും ഓട്ടത്തിനിടയിൽ കേൾക്കാറില്ല. കേട്ടാലും തിരിഞ്ഞുനോക്കാറില്ല.

ആറ്റക്ക ഓരോ വേനൽക്കാലം അടുക്കാറുമ്പോഴും മൊടോൻ കണാരനെ വിളിച്ച് കിണർ ഓരോ കോലു തുരന്നുകെട്ടുന്നു.

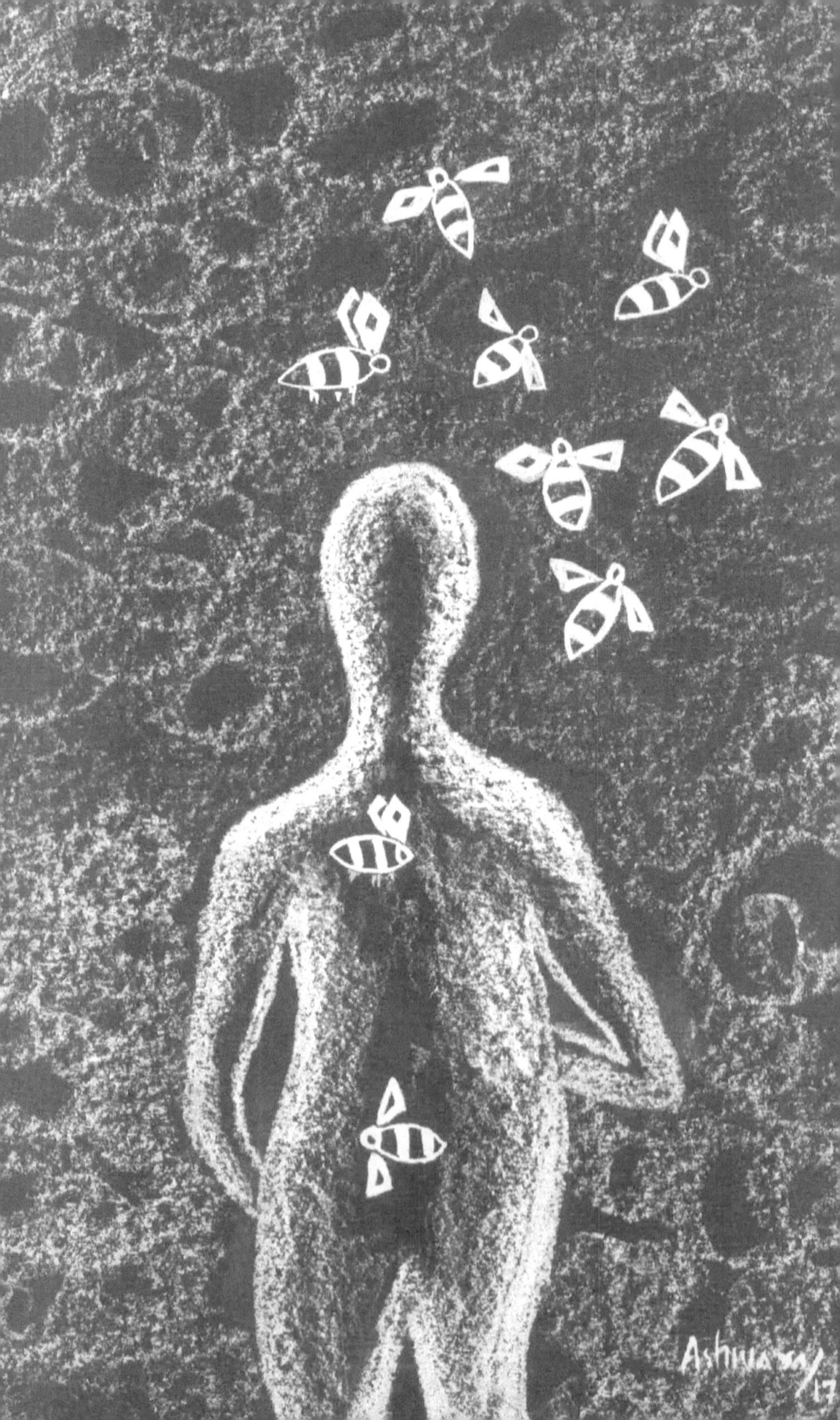

ഉയ്യെന്റെ മൊയ്ല്ലാരേ, ഇങ്ങനെ ഓരോ കൊല്ലവും തുരന്നാൽ ഭൂമിയുടെ അടികാണും- കണാരൻ പറയുന്നു.

അപ്പോഴേക്കും നാട്ടുകാർക്കൊക്കെ സ്വന്തം കിണറാകും. നീ നോക്കിക്കോ-ആറ്റക്ക പറയും.

നാരായണിയേച്ചി ആറ്റക്കയുടെ കിണറിൽനിന്നും വെള്ളം കോരുന്നത് ദിവസം രണ്ടുനേരമാണ്.

അതി രാവിലെയും വൈകിട്ടും.

അടുത്തുള്ള ടൈലർ ഷോപ്പിൽപോകുന്ന മൂത്തവൻ രമേശനും ഇളവൻ സുരേഷനും ഒഴിഞ്ഞ കുടങ്ങളുമായി അമ്മയെ അനുഗമിക്കും. അഞ്ചുകണ്ടിപ്പറമ്പ് കടന്നാലാണ് കിണറിൻകരയിലെത്തുക. നിറയെ പൃത്തിത്തോട്ടമാണ്. പൃത്തിമാങ്ങയുടെ മത്ത് പിടിക്കുന്ന മണം. ചിലപ്പോൾ അണ്ടി അവിടെത്തന്നെ കളഞ്ഞ് മാങ്ങ ട്രൗസറിന്റെ പോക്കറ്റിൽ തിരുകും. പൃത്തിമാങ്ങ നാലായി അരിഞ്ഞിട്ട് പ്ലേറ്റിൽ ഉപ്പും അച്ചാറുപൊടിയും വിതറി മറ്റൊരു പ്ലേറ്റ് മുകളിൽവെച്ച് ഒന്ന് കുലുക്കണം. എന്നിട്ട് വായിലേക്ക് വെക്കുമ്പോൾ ഹോ, വായിൽ ഒന്നല്ല മൂന്നാല് കപ്പലുകൾ ഓടും.

അമ്മ നിറച്ചുകൊടുക്കുന്ന കുടങ്ങളുമായി രമേശനും സുരേഷനും വീട്ടിലേക്ക് ഓടും. അങ്ങനെ പത്തുചാല്വ കൊണ്ടുവന്നാൽ പിറ്റേന്ന് രാവിലെ വരേയ്ക്കുള്ള വെള്ളമാകും. ആർക്കെങ്കിലും വയറിളക്കം പിടിപെട്ടാൽ മാത്രമാണ് പ്രശ്നം. അപ്പോൾ ജനകീയാസൂത്രണത്തിന്റെ ഭാഗമായി നിർമിച്ചുനൽകിയ കക്കൂസിൽ പോക്ക് നിലയ്ക്കും. പിന്നെ ആകെയുള്ള വഴി പറമ്പിന്റെ കിഴക്കേക്കോണിൽ പടർന്നുനിൽക്കുന്ന ഉപ്പിലച്ചപ്പ് പറിച്ച് ഏതെങ്കിലും കോണിൽപ്പോകുകയെന്നതാണ്. അതിൽ കാര്യം സാധിച്ച് ദൂരേ ഏതെങ്കിലും പറമ്പിന്റെ അതിർത്തിച്ചാലിലേക്ക് വലിച്ചെറിയും. ഒരുകപ്പ് വെള്ളംകൊണ്ട് കാര്യം തീരും.

ഉടലാകെ തണുപ്പ്. പൂക്കൾ പെയ്യുന്ന ഡിസംബർ...

അന്നും പതിവുപോലെ വെള്ളമെടുക്കാൻ അനിയനുപിന്നാലെ പോയതായിരുന്നു രമേശൻ. സാധാരണയായി ഒരു കുടം തലയിൽ വെച്ച് ഇടംകൈ കൊണ്ട് പിടിച്ചും വലംകൈയിൽ മറ്റൊരു കുടം നേറ്റിയുമായിരുന്നു അവൻ പോകാറുള്ളത്. അങ്ങനെ അഞ്ചുതടം നടന്നാൽ പരിപാടി പെട്ടെന്ന് കഴിയും. ചാഞ്ഞുകിടക്കുന്ന പൃത്തിക്കൊമ്പുകൾക്കിടയിലൂടെ ഒരഭ്യാസിയെപ്പോലെയായിരുന്നു അവന്റെ നടത്തിനും ഓട്ടത്തിനുമിടയിലുള്ള യാത്ര. അന്ന് അമ്മ തലയിൽ വെച്ചുകൊടുത്ത ആദ്യത്തെകുടം മതിയെന്ന് തോന്നി രമേശന്.

വലംകൈ വിറക്കുന്നതുപോലെ... കുടവുമെടുത്ത് ആദ്യത്തെക്കണ്ടി പറമ്പുകടക്കുമ്പോൾ തലയിലാകെ ഞണ്ടുകൾ തുരക്കുന്നതുപോലെ തോന്നി രമേശന്. തല പെരുക്കുന്നു. സുജാത ടീച്ചറുടെ പെരുക്കപ്പെട്ടിക നൂറിന്റെ സ്ക്വയർ കടക്കുന്നു. തേനീച്ചകൾ ഉടലിലാകെ പറന്നു നടക്കുന്നു. തലച്ചോറിൽ എന്തൊക്കെയോ പിരിയുകയും മുറുകയും ചെയ്യുന്നു. കണ്ണുകളിൽ അതിർത്തിഭേദിച്ചെത്തിയ കപ്പലുകൾ പുകതുപ്പി പരക്കം പായുന്നു.

എന്താണത്?

എന്താണത്?

വെള്ളക്കുടം തലയിൽനിന്നും താഴേക്ക് വീണു. രമേശൻ പൃത്തിത്തോട്ടത്തിൽ കുത്തിയിരുന്നു. അസ്മാരം വന്ന പോലെ വളയുകയും പുളയുകയും ചെയ്തു. ഉള്ളം കയ്യിൽകിട്ടിയ ചരൽ ദൂരേക്കു വലിച്ചെറിഞ്ഞു. അറിയാതെ ഒഴിച്ചുപോയ മൂത്രം വെള്ളത്തോടൊപ്പം അലിഞ്ഞ് പല രാജ്യങ്ങളുടെ അതിർത്തി വരച്ചിട്ടു.

ഞണ്ടുകൾ അതിന്റെ കാലുകൾകൊണ്ട് തലച്ചോറിലെ ഓരോ കോശങ്ങളെയും ഇറുക്കുന്നു.

അതിനിടെ തലച്ചോറിൽ ആരാണ് പൂക്കൾകൊണ്ടുവെക്കുന്നത്?

പലതരം പൂക്കൾ

പൂക്കൾ ചിരിക്കുന്നു

പൂക്കൾ കരയുന്നു

പൂക്കൾ പൂക്കൾ

ആ തീയതി നാരായണി അടുക്കളയിലെ ചുമരിൽ കുറിച്ചുവച്ചു. അടുക്കളയിലെ ചുമരിലാകെ പലതരത്തിലുള്ള കണക്കുകളാണ്. പലതും ഭാസ്കരൻ ഉണ്ടായിരുന്നപ്പോൾ മുതലുണ്ടായിരുന്നതാണ്. കപ്പണകൊത്താൻ കൊടുത്ത ഏക്കറിന്റെ കണക്ക്, പുല്ലിന്റെ പാട്ടക്കണക്ക് തുടങ്ങി കവോട്ടിക്ക കുടിക്കാൻ കുഞ്ഞിമമ്മുവിന് കൊടുത്ത പങ്ക് വരെ എഴുതിവെച്ചിട്ടുണ്ടായിരുന്നു അടുക്കളച്ചുമരിൽ. ഇതെല്ലാം എന്തിന് അടുക്കളച്ചുമരിൽ എഴുതിയിടുന്നുവെന്ന് നാരായണി ചോദിച്ചാൽ ഭാസ്കരൻ പറയും. അടുക്കളയാണ് വീടിന്റെ യഥാർത്ഥ ഉടൽ. അവിടെനിന്ന് തുടങ്ങണം ജീവിതം. അല്ലേൽ വീടിന്റെ കഴുക്കോൽ ഊരി വിൽക്കേണ്ടിവരും. എല്ലാറ്റിനും ഒരു കണക്കുവേണം. അതുകേൾക്കുമ്പോൾ നാരായണിക്ക് ചിലപ്പോൾ ഹാലിളകും. ചായപ്പൊടിക്കു വരെ കണക്കുവെക്കുന്ന ആളാണ്. എന്തു ആഘോഷം നടന്നാലും കൊല്ലത്തിൽ ഒരു തവണ മാത്രം ഡ്രസ്. രണ്ടുമക്കൾക്കും വി കെ സി

യുടെ ഹവായ് ചെരുപ്പ്. അതാകട്ടെ, കൃത്യം ഒരു കൊല്ലം എത്തുകയും ചെയ്യും. ലൈഫ് ബോയിയുടെ സോപ്പ് വാങ്ങി അത് പകുതിയാക്കും. അതുകൊണ്ട് ഒരു മാസം എത്തിക്കണം. അതാണ് കണക്ക്.

ഇപ്പോൾ എല്ലാം ഒരു കണക്കാണെന്ന് തോന്നി നാരായണിക്ക്. ഭാസ്കരൻ പോയിട്ട് പത്തുവർഷമാകുന്നു. രാത്രി ഭക്ഷണം കഴിച്ച് കിടന്നതായിരുന്നു. രാവിലെ അഞ്ചുമണിക്ക് ഉണരേണ്ടയാൾ ഇന്നെന്താ ഉണരാൻ വൈകുന്നതെന്നും വിചാരിച്ച് വിളിക്കാൻ ചെന്നതാണ്. മുഖം ഒരുഭാഗത്തേക്ക് കോടിയിരിക്കുന്നു. ശരീരം അതിന്റെ ചലനം നിർത്തിയിരിക്കുന്നു. ഉയ്യെന്റമ്മോ എന്ന് നിലവിളിച്ചത് ഓർമയുണ്ട്. ഇന്നലെ കഴിഞ്ഞതുപോലെ.

രമേശൻ ഉറക്കത്തിൽ എന്തൊക്കെയോ പിച്ചും പേയും പറയുന്നുണ്ടായിരുന്നു. ആറ്റക്കയുടെയടുത്ത് സുരേഷിനെ അയച്ച് ഒരു ചരട് മന്ത്രിച്ച് രമേശന്റെ കയ്യിൽക്കെട്ടിക്കൊടുത്തു നാരായണി. എന്നാൽ രാവിലെ ഉണർന്നതും അത് ഈർഷ്യയോടെ അവൻ അറുത്തുമാറ്റി, പിന്നെ അമ്മയെ ദഹിപ്പിക്കുന്ന ഒരുനോട്ടം നോക്കി. ഇതുവരെ നോക്കാത്ത നോട്ടം. അതിൽ ഭയവും ദേഷ്യവും നിരാശയും എല്ലാം കലർന്നതായി തോന്നി നാരായണിക്ക്. അതായിരുന്നു തുടക്കം.. പിന്നീട് പല രീതിയിൽ രമേശനിൽ ചില അസ്വസ്ഥകൾ കണ്ടുതുടങ്ങി. അപ്പോഴൊക്കെ മുട്ടായിക്കുന്ന് പള്ളിക്കാട്ടിൽ കിടക്കുന്ന ശൈഖ് തമ്പുരാനേ എന്റെ കുട്ടിക്ക് ഒന്നും വരുത്തല്ലേ എന്ന് നാരായണി നെഞ്ചുരുകി. ദർസിലെ യത്തീംകുട്ടികൾക്ക് വെള്ളിയാഴ്ച തേങ്ങാച്ചോറും മൂരിയിറച്ചിയും നേർന്നു. എങ്കിലും രമേശന്റെ തലച്ചോറിൽ ഉഷ്ണക്കാറ്റുകൾ അലറിയടിക്കുകയും അതിൽ മണൽപ്പറ്റുകൾ ഇളകിത്തെറിക്കുകയും ചെയ്തുകൊണ്ടിരുന്നു.

ആ തീയതി നാരായണി അടുക്കളയിലെ ചുമരിൽ കുറിച്ചുവച്ചു.

1992 ഡിസംബർ ആറ്

Ashwala/1

എട്ട്

പിരിഞ്ഞതിൻശേഷമാദ്യമായ്
നിന്റെ നിഴലുകണ്ടപ്പോൾ
പണ്ടൊരിക്കൽ നീ
പറഞ്ഞതോർത്തുപോകുന്നു:
ഒരിക്കലെങ്കിലും
പ്രണയിച്ച് തോൽക്കണം.
തോറ്റ നിന്നെ കാണുവാൻ വയ്യ
വഴിമാറി ഞാൻ കുതറിയോടുന്നു.
(രമേശന്റെ കവിത)

പുറത്ത് തിമിർത്തുപെയ്യുന്ന മഴയാണ്. മഴയിൽ കാപ്പാട് സ്കൂളിൽ പോകുമ്പോൾ വയലിലെ ചെളിവെള്ളം മുമ്പിൽപോകുന്നവന്റെ കുപ്പായത്തിലേക്ക് അടിച്ചുതെറിപ്പിച്ചത് ഓർമവരുന്നു. ഓർമകൾ കടലാസ് തോണികളാണ്. അവ വലിയ ഭാരങ്ങളില്ലാതെ ഒഴുക്കിനൊത്ത് ഒഴുകിപ്പോയ്ക്കോളും.

കാവിതേച്ച വരാന്തയിൽ ഇരിക്കുമ്പോൾ എന്തിനാണ് ചിലവ കുത്തിയൊലിക്കുന്നത്. കാറ്റ് വട്ടം ചുറ്റുന്നു.

അമ്മയാണെന്ന് തോന്നുന്നു, ഒരുഗ്ലാസ് അരികിൽ വെച്ചിട്ട് പോയിരിക്കുന്നു. അതിൽ മുട്ടച്ചായ.

ചില ദിവസങ്ങളിൽ വീട്ടിലെ നാടൻകോഴിയുടെ മുട്ടകൊണ്ട് ഉണ്ടാക്കുന്ന സ്പെഷ്യൽ ഐറ്റമാണത്. രണ്ട് മുട്ട പൊട്ടിച്ച് ഗ്ലാസിലൊഴിക്കും. കുറച്ച് പഞ്ചസാരയിടും. പിന്നെ നല്ലപോലെ കൈയിൽ ക്കണ ഉപയോഗിച്ച് അടിക്കും. അപ്പോൾ മുട്ട പാലുപോലെയാകും. അതിലേക്ക് കാച്ചിവെച്ച തേയില വെള്ളം ഒഴിക്കും. വീണ്ടും നന്നായി

പാട്ടയിലൊഴിച്ച് അടിക്കും. അച്ഛന്റെ ഏറ്റവും ഇഷ്ടപ്പെട്ട ഒന്നായിരുന്നു അത്. അച്ഛന്റെ ഒരുഫോട്ടോ പോലും ചുമരിലില്ലല്ലോ എന്ന് അപ്പോഴാണ് രമേശന് ഓർമവന്നത്. അല്ലെങ്കിൽ എന്തിന് മരിച്ചുപോയയാളുടെ ഫോട്ടോ?

പാഠപുസ്തകം വാങ്ങാൻപോലും ഒരഞ്ചുപൈസ അച്ഛൻ മനസ്സറിഞ്ഞു തന്നിരുന്നില്ലല്ലോ...പലപ്പോഴും മുറിയിൽ തൂക്കിയിട്ട കുപ്പായക്കീശയിൽനിന്ന് കാശ് കട്ടെടുത്തിട്ടാണ് പാഠപുസ്തകങ്ങൾ വാങ്ങിയിരുന്നത്. അതിന് നല്ല അടിയും കിട്ടിയിട്ടുണ്ട്. അടി മാത്രമല്ല, തൊടിയിലെ കാന്താരമുളക് പറിച്ചെടുത്ത് കണ്ണിലേക്ക് ഒരു ഞെരുണ്ടലുമുണ്ട്. പിന്നെ, തൊടിയിൽ പൂത്തുനിന്ന കമ്യൂണിസ്റ്റ് പച്ചയുടെ കോലു പറിച്ച് ചന്തിയിൽ പോത്തിനെത്തല്ലുന്നതുപോലെയുള്ള തല്ലലുമുണ്ട്. മക്കളെ നന്നായി വളർത്തണം നായിന്റെമോളേ എന്ന് പറഞ്ഞ് ചിലപ്പോൾ അമ്മയുടെ കരണക്കുറ്റിക്കും കിട്ടും ഒന്ന്. അതുകൊണ്ടാവണം അച്ഛൻ മരിച്ചപ്പോൾ യാതൊരു വികാരവും തോന്നാതിരുന്നത്. ചടങ്ങുകളെല്ലാം കഴിഞ്ഞ് ഒരുദിവസം എങ്ങനെ ജീവിക്കും എന്ന അമ്മയുടെ ചോദ്യത്തിനെ പരിഹാസത്തോടെയായിരുന്നു നേരിട്ടത്. പത്തേക്കർ ഭൂമിയുള്ള ജൻമി ഭാസ്കരനായിരുന്നു നാട്ടുകാർക്ക് അച്ഛൻ. എന്നാൽ മരിച്ച് ഒരുമാസം തികയുന്നതിമുമ്പ് അതെല്ലാം സഹോദരങ്ങളുടേതാണെന്നും അച്ഛൻ വെറും നോക്കി നടത്തിപ്പുകാരൻ മാത്രമാണെന്നും ഞങ്ങളറിഞ്ഞു. അടുക്കളയിലെ അരിയുടെ അളവ് കുറഞ്ഞുവന്നതോടെ അമ്മയുടെ ഉള്ളിലെ അടുപ്പ് ആളിക്കത്താൻ തുടങ്ങി. അങ്ങനെയാണ് അടുത്തുള്ള തയ്യൽക്കടയിൽ സഹായിയായി നിൽക്കാൻ തീരുമാനിച്ചത്. അമ്മയാകട്ടെ, ചിലപ്പോൾ അയൽവീടുകളിൽ സഹായിയായി പോയിത്തുടങ്ങി.

ജീവിതമെന്ന് പറയുന്നത് കലണ്ടറിന്റെ മറിയുന്ന താളുകളാണോ? രാവും പകലും അതിന്റെ കറക്കം പൂർത്തിയാക്കുന്നതാണോ?

ആരാണ് തന്റെ ചുണ്ടിൽ ഭയത്തോടെ സ്പർശിക്കുന്നത്?

അതെ അവൾത്തന്നെ, ദൈവമേ ആറ്റക്ക കണ്ടാൽ.. കുടിവെള്ളം പോലും മുട്ടിപ്പോകും.

എവിടെ എവിടെ വെച്ചാണ് അവളുടെ പാദസരത്തിന്റെ കിലുക്കം ആദ്യമായി കേട്ടത്. അച്ഛൻ അമ്മയെക്കണ്ട അതേ തോട്ടിൻകരയിൽ വെച്ചോ?

മഴയുടെ ശക്തികൂടിവരുന്നു. മിന്നലും ഉണ്ട്. മിന്നലിന്റെ വെളിച്ചത്തിൽ പിറകുവശത്തെ കുഞ്ഞുങ്ങളുടെ ശ്മശാനത്തിൽ പൂത്തുനിൽക്കുന്ന അനേകം ചെടികൾ ഇപ്പോൾ ഒടിഞ്ഞുവീഴും എന്ന നിലയിൽ കുഴഞ്ഞാടുന്നത് കാണാം.

അവളുടെ പ്രണയം ഏതുമഴയെയും കത്തിക്കുന്ന അഗ്നിയായിരുന്നു. എപ്പോഴാണ് ഞാനതിനെ ഭയപ്പെട്ടുതുടങ്ങിയത് ?

എപ്പോഴാണ് മുട്ടായികുന്ന് എന്ന പ്രദേശം നമ്മൾ എന്നത് മാറി ഞങ്ങളും നിങ്ങളും എന്നരീതിയിൽ ചിന്തിച്ച തുടങ്ങിയത്.

മഗിര്ബ് ബാങ്ക് വിളിച്ചാൽ കവോട്ടിക്ക മോന്താൻ പോകുന്ന കുഞ്ഞിമമ്മു എപ്പോഴാണ് ഔളിൽനിന്ന് സ്ഥിരമായി വുളു എടുത്തു തുടങ്ങിയത്?

ഇട്ടിയും കോലും ഉപ്പുസോഡയും കളിക്കാൻ ടീമിടുമ്പോൾ എങ്ങനെയാണ് ഞങ്ങളുടെയും നിങ്ങളുടേതും ടീം എന്ന് പറഞ്ഞു തുടങ്ങിയത്?.

എപ്പോൾ മുതലാണ് പലർക്കും അനാവശ്യമായ വാശി വന്നുതുടങ്ങിയത്. കുട്ടികളുടെ കളിയിലെ ജയയും പരാജയവും അഭിമാനപ്രശ്നമായിത്തീർന്നത്? അത് വാക്കേറ്റത്തിലും കയ്യാങ്കളിയിലും അവസാനിച്ചത്? ശരീരം പലതരം ചിഹ്നങ്ങൾ പേറുന്ന പരസ്യപ്പലകയായി മാറിയത്

ഓരോ ദിവസവും മുറിവേറി വരുന്നത് അറിയുന്നുണ്ടായിരുന്നു

കുഞ്ഞിമമ്മുവിന്റെ കടയ്ക്ക് നേരെ കുഞ്ഞിരാമേട്ടന്റെ കട ഉയർന്നുവന്നു. ബിസ്മി സ്റ്റോഴ്സിന്റെ ബോർഡ് ഒരുദിവസം എടുത്തുമാറ്റപ്പെട്ടു. അയോധ്യാ സ്റ്റോർ എന്ന പുതിയ കടയിൽനിന്നുമാത്രം ഒരുവിഭാഗം ആളുകൾ പലവ്യഞ്ജനങ്ങൾ വാങ്ങാൻ തുടങ്ങി. കാണെക്കാണെ ഇന്നലെവരെ ഒന്നിച്ച് പത്രം വായിച്ച് അഭിപ്രായങ്ങൾ പറഞ്ഞവർ രണ്ട് പീടികകളുടെ കോലായിലേക്ക് മാറ്റപ്പെട്ടു. ബസ് ഷെൽട്ടറിൽ പലപ്പോഴും വാക്കുതർക്കം അടിയുടെ വക്കോളമെത്തി. ഒടുവിൽ പഞ്ചായത്ത് മെംബർ ഈ ബസ് ഷെൽട്ടറിൽ മതം സംസാരിക്കരുത് എന്ന് എഴുതിയൊട്ടിച്ചു. എല്ലാവരിലും ആരോ ഒരു ശത്രു തങ്ങളുടെ നേർക്ക് ഇപ്പോൾ വരുമെന്ന ഭയം രൂപപ്പെട്ടു.

കൃത്യമായി ഓർക്കുന്നുണ്ട്, ആ ദിവസങ്ങൾ... തലയിൽ ഭ്രാന്തിന്റെ ചുടല കത്തിത്തുടങ്ങിയ നാളുകൾ. ഒറ്റപ്പെടലിന്റെ, ഭയത്തിന്റെ, വെറുപ്പിന്റെ വിത്തുകൾ തന്നെയല്ലേ തന്റെയുള്ളിൽ ഭ്രാന്തിന്റെ ചെടിയായി വളർന്നത്?

ആറ്റക്ക കുടിവെള്ളം തരാൻ ഭയന്നിരുന്നുവോ?

കുഞ്ഞിരാമേട്ടന്റെ കടയിൽനിന്നേ ഇനിമുതൽ സാധനങ്ങൾ വാങ്ങാവൂ എന്ന് ആരാണ് പറഞ്ഞത്?

ഓണാഘോഷ മത്സരത്തിനിടെ അമ്പലക്കുളത്തിൽ നടന്ന നീന്തൽ മത്സരത്തിൽനിന്ന് സാബിറിനെ ആരാണ് വിലക്കിയത്?

എല്ലാം എല്ലാം എപ്പോഴാണ് ആരംഭിച്ചത്?

നെസ്‌ലിയെ അവസാനം കണ്ടത് എപ്പോഴായിരുന്നു? അവൾ പെരുന്നാളിന് കുപ്പായം തുന്നാൻ വന്നപ്പോഴോ?

ശരിക്കും ഭയമായിരുന്നുവോ തനിക്കവളെ? ഇനി അവളുടെ മതം എന്നെ ഭയന്നോ.

അവൾ, ഓർമ നഷ്ടപ്പെട്ടുംമുമ്പ് അവസാനമായി കണ്ടപ്പോൾ ചോദിക്കാതെ ചോദിച്ചത് അതായിരുന്നുവോ

ഭൂതകാലം മുഴുവൻ മറന്ന അവളോട് ഞാനെങ്ങനെ ഇനിയത് ചോദിക്കാനാണ്

ഒരേ സമയം മീനും പൂച്ചയുമായി മാറുന്ന ജീവിതം.

ഒൻപത്

അയ്യപ്പൻകാവുമുതൽ പള്ളിമുക്കുവരെ പരന്നുകിടക്കുന്ന പാടത്തിനു നടുവിലൂടെയാണ് രമേശന്റെ തയ്യൽഷോപ്പിലേക്കുള്ള പോക്കും വരവും. ഏക്കറുകണക്കിനോളം തവളക്കണ്ണനും ചെന്നെല്ലും വിളഞ്ഞുനിൽക്കുന്ന പാടം. നീണ്ടു ഉരുളൻ ആകൃതിയിലുള്ള സ്വർണനിറമാർന്ന നെൽക്കതിരുകൾ രമേശന്റെ മുട്ടോളമുയരത്തിൽ അങ്ങനെ വിളഞ്ഞുനിൽക്കുന്നു. രാവിലെ ഷോപ്പിലേക്ക് നടക്കുന്നതിനിടയിൽ അയാൾ കുറച്ച് നെൽമണികൾ ഉതിർത്ത് കൊറിക്കും. ചവക്കുമ്പോൾ പാലുപോലെ ദ്രാവകമൂറുന്ന പച്ചരിയുടെ മത്തുപിടിപ്പിക്കുന്ന രുചിയും നെൽക്കതിരുകളെ തഴുകി പേരറിയാത്ത മണങ്ങളും പേറിവരുന്ന കാറ്റും അയാളുടെ നടപ്പിന്റെ ആയാസം കുറച്ചു. രാത്രി പാടവരമ്പിലൂടെ തിരികെ വരുമ്പോൾ കേൾക്കാറുള്ള പലതരം തവളകളുടെ കരച്ചിൽ. നെല്ലുകൾ കാറ്റിലാടുമ്പോളുണ്ടാവുന്ന കൊടുങ്കാറ്റിന്റെ ആരവം പോലെയുള്ള ശബ്ദം. ഇതൊക്കെ തന്റെ ജീവിതത്തിന്റെ ഭാഗമായിത്തന്നെക്കണ്ടു രമേശൻ. അതുകൊണ്ടുതന്നെയാണ് അയാൾക്ക് കെ ആർ കമ്പനിക്കെതിരെ ഒറ്റയാൾ സമരം നടത്തേണ്ടിവന്നത്.

പ്രദേശവാസികൾക്ക് തൊഴിൽ നൽകുമെന്ന ഉറപ്പിൻമേലായിരുന്നു കെ ആർ ടെക്സ്റ്റൈൽസ് എന്ന തുണി ചായം മുക്കുന്ന കമ്പനി മുട്ടായിക്കുന്നിൽ പ്രവർത്തനം ആരംഭിച്ചത്. റോഡരികിലുള്ള പാടം നികത്തിയായിരുന്നു അതിന്റെ നിർമാണം. പാർട്ടി ആദ്യം കൊടിനാട്ടിയെങ്കിലും പിന്നീട് കൊടി നാട്ടിയവർക്കെല്ലാം തൊഴിൽ കിട്ടുമെന്നായപ്പോൾ നമ്മുടെ കുട്ടികൾക്ക് ഒരു തൊഴിലല്ലേ അവർ രക്ഷപ്പെടട്ടേ എന്ന നിലയിലേക്ക് പ്രതിഷേധം മാറി. കുറേപ്പേർക്ക് തൊഴിൽ കിട്ടിയെങ്കിലും പ്രതീക്ഷിച്ചത്ര കൂലിയില്ലെന്ന് പറഞ്ഞ് പലരും ജോലിനിർത്തി സ്ഥിരം താവളമായ ഫിലോസഫർ കുഞ്ഞിമമ്മുവിന്റെ പീട്യേൽ താവളമുറപ്പിച്ചു. ചിലർ ഷെയറിട്ട് കാരംബോർഡ്

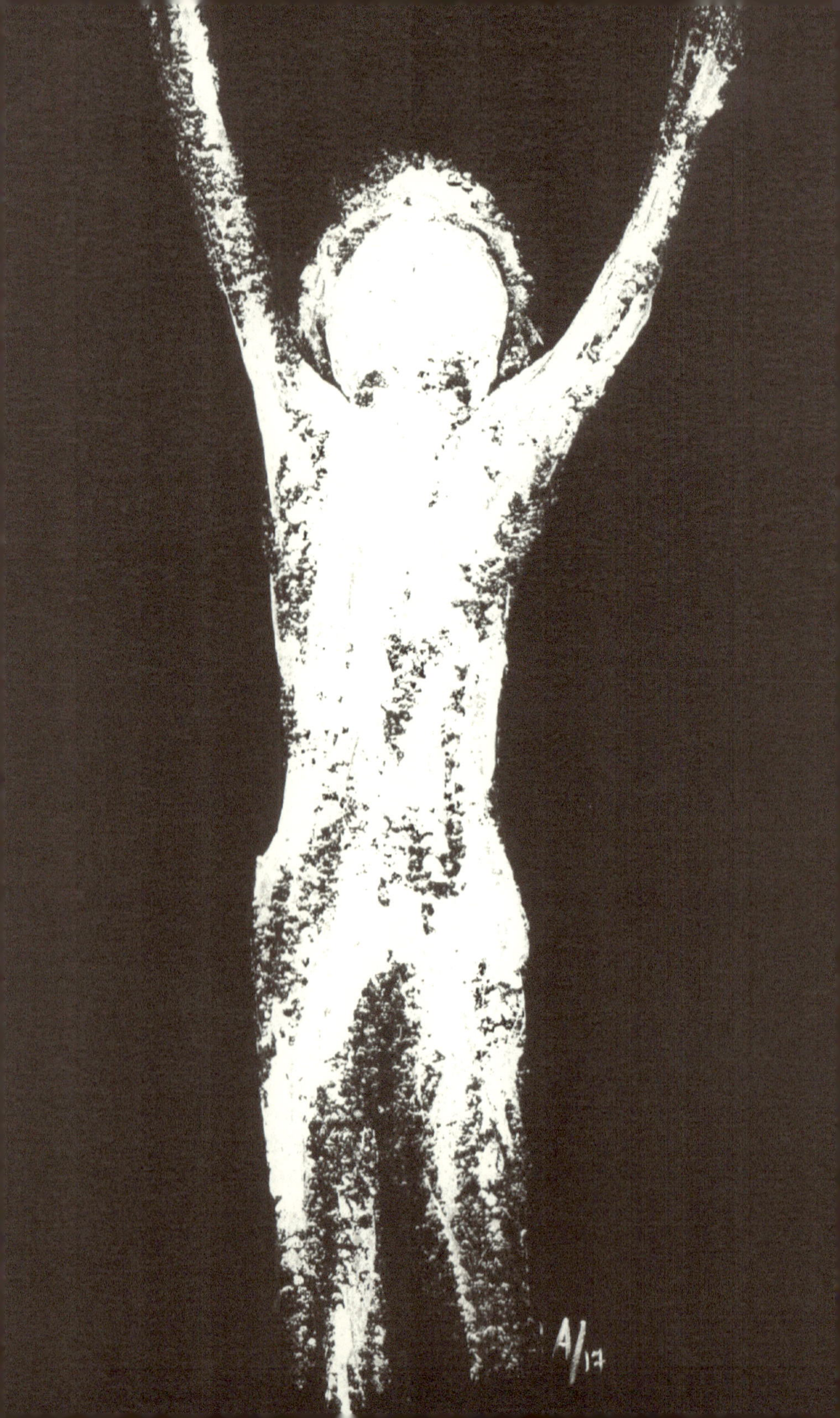
A/17

വാങ്ങി. മറ്റുചിലർ ചെസ് ബോർഡുമായി ഇരുപ്പുറപ്പിച്ചു.

എന്നാൽ കമ്പനി അതിന്റെ തനിനിറം നിറം കാട്ടിയത് പിന്നെയാണ്. ചായം മുക്കിയ വെള്ളം വിശാലമായ പാടത്തേക്ക് രാത്രി പമ്പുചെയ്തുകളയാൻ തുടങ്ങി. പലപ്പോഴും രാത്രി അന്നുവരെ അനുഭവപ്പെട്ടിട്ടില്ലാത്ത അസഹനീയമായ മണമടിച്ചു കയറി പാടവരമ്പിലൂടെ നടന്നുവരുന്നവർക്ക് ഓക്കാനം വന്നു. വൈകാതെ വിളഞ്ഞുനിൽക്കുന്ന നെൽക്കതിരുകൾ പാടത്തേക്ക് ചീഞ്ഞുവീഴാൻ തുടങ്ങി.

അപ്പോഴാണ് കമ്പനി തങ്ങളെ ചതിക്കുകയായിരുന്നുവെന്ന് മുട്ടായിക്കുന്നുകാർ മനസ്സിലാക്കിയത്. പ്രതിഷേധിക്കാൻ ആദ്യമെത്തിയത് രമേശനായിരുന്നു. നെൽവയലുകളില്ലാത്ത ഒരു മുട്ടായിക്കുന്നിനെക്കുറിച്ച് ആലോചിക്കാൻപോലും അയാൾക്ക് കഴിയുമായിരുന്നില്ല. അയാൾ ഒരു കൈയ്യിൽ പ്ലക്കാർഡുമേന്തി കമ്പനിഗേറ്റിൽ പോയിനിന്നു. അയാൾ കവിത ചൊല്ലി. ആരും കേൾക്കാൻ ഇല്ലെങ്കിലും ഒറ്റയ്ക്ക് നിന്ന് പ്രസംഗിച്ചു. മുഷ്ടി ചുരുട്ടി മുദ്രാവാക്യം വിളിച്ചു. രമേശൻ ആയതുകൊണ്ടുതന്നെ മറ്റൊരാളും അതു തിരിഞ്ഞുനോക്കുകപോലുമുണ്ടായിരുന്നില്ല.

പിന്നെയും മാസങ്ങൾ പിന്നിട്ടപ്പോഴാണ് സംഭവത്തിന്റെ ഗൗരവം മുട്ടായിക്കുന്നുകാർക്ക് മനസ്സിലായത്. ആറ്റക്കയുടെ കിണറിലെ വെള്ളത്തിന്റെ നിറം മാറി. ഇതുവരെ വറ്റാത്ത, മുത്തുമണിപോലത്തെ വെള്ളം നൽകിയ കിണറാണ്. ആ കിണറിലെ വെള്ളമാണ് നാറിത്തുടങ്ങിയത്. മാത്രമല്ല, തോട്ടിലെ വെള്ളവും ഇരുണ്ടനിറമായിത്തുടങ്ങി. തുണിയലക്കാൻ പോയ സ്ത്രീകൾ മൂക്കുപൊത്തി പലപ്പോഴും തിരിച്ചുവന്നു. തോട്ടിൽ കുളിച്ചിരുന്ന കുട്ടികളുടെ തുടയിൽ കൊത്തിയിരുന്ന കണ്ണിക്കുറിയൻമാർ കൂട്ടത്തോടെ ചത്തുപൊങ്ങി.

രമേശൻ പലവട്ടം പ്രദേശവാസികളെ കാര്യം പറഞ്ഞുമനസ്സിലാക്കാൻ ശ്രമിച്ചു. എന്നാൽ മഞ്ഞുകാലത്തുള്ള അയാളുടെ വിഭ്രാന്തിയുടെ തുടക്കമായേ ആളുകൾ അതിനെ കണ്ടുള്ളൂ. കുറേ കഴിയുമ്പോഴേക്കും പാടങ്ങൾമുഴുവൻ കെ ആർ ടെക്സ്റ്റയിൽസിന്റെ കയ്യിലായി. ടാങ്കറിൽ കുടിവെള്ളം വരുന്നതും കാത്ത് ആളുകൾ റോഡിൽ കുത്തിയിരിപ്പ് തുടങ്ങി. ആറ്റക്കയുടെ കിണറിൻകരയിലെ കപ്പികൾ മീസാൻകല്ലുകളെ ഓർമിപ്പിച്ചു.

നാരായണിയേച്ചിക്ക് എന്തുകൊണ്ടോ ടാങ്കർലോറിയിലെ വെള്ളത്തിനെ ആശ്രയിച്ചുനിൽക്കാൻ തോന്നിയില്ല. അവർ പത്തുകണ്ടി പറമ്പിനപ്പുറമുള്ള അറവുകാരൻ അബൂബക്കറിന്റെ വീട്ടിലെ കിണറിൽനിന്ന് വെള്ളം കോരാൻ ആരംഭിച്ചു. പടച്ചോന്റെ വെള്ളമല്ലേ ആവശ്യമുള്ളോർ എടുത്തോട്ടെ എന്ന് അബൂബക്കറും വിചാരിച്ചു.

പലപ്പോഴും രമേശനും അനിയനും അമ്മയ്ക്കുമൊപ്പം വെള്ളമെട്ടുക്കാനെത്തി. ആ അടുപ്പത്തിൽനിന്നാണ് അർഷാദ് അയാളെ പരിചയപ്പെട്ടത്. രമേശന്റെ ഭ്രാന്ത് അറിയുന്നതുകൊണ്ടുതന്നെ ഒരകലം വെച്ചായിരുന്നു സംസാരം. അങ്ങനെയുള്ള സംസാരങ്ങൾക്കിടയിലാണ് അയാൾ നസ്ലിയെക്കുറിച്ച് അർഷാദിനോട് പറഞ്ഞത്. പിന്നീടെപ്പൊഴോ താൻ എഴുതിയ കവിതകളാണ് എന്ന് പറഞ്ഞ് രമേശൻ ഒരു ഡയറികൂടി അർഷാദിന് നൽകി. ആ ഡയറി തിരിച്ചുവാങ്ങുന്നതിനുമുമ്പുതന്നെ മഞ്ഞുകാലം ആരംഭിച്ചു. പുസ്തകങ്ങൾക്കിടയിലെവിടോ അത് അർഷാദ് മറന്നുവെച്ചു. പിന്നീട് അയാൾ അതിനെക്കുറിച്ചോർമിച്ചത് രശ്മിയുമായുള്ള ഏതോ ഒരു സംഭാഷണത്തിനിടയിലായിരുന്നു.

പത്ത്

ഒരു ദിവസം അർഷാദ് പുസ്തകക്കൂട്ടങ്ങൾക്കിടയിൽ തെരഞ്ഞ് രമേശന്റെ ഡയറി കണ്ടുപിടിച്ചു. ആദ്യത്തെ കവിത വായിച്ചു.

പൂച്ച
എന്റെയുള്ളിൽ ഒരു പൂച്ച
അതിന്റെ നഖങ്ങൾ മെല്ലെ
വിടർത്തുന്നു.
അതിന്റെ കണ്ണുകൾ തീക്കട്ടപോലെ
ചുവന്നുതുടുത്തിരിക്കുന്നു.
അതിന്റെ മീശ ഹിറ്റ്ലറെ
ഓർമിപ്പിക്കുന്നു.
അതെന്തോ പറയാൻ ശ്രമിക്കുന്നു.
ഇല്ല, അതിന്റെ ഭാഷ അവ്യക്തം.
ഇപ്പോഴാണ് ശ്രദ്ധിച്ചത്
അതിന് പതിനാറ് കാലുകൾ...
അതിന് ഒന്നല്ല മുഖങ്ങൾ
നോക്കിനോക്കിയിരിക്കേ
അനേകം മുഖങ്ങൾ വളരുകയാണ്.
അതിന്റെ ഭാഷ ഇതാ എന്റെ നെഞ്ചുകീറി
കൽപ്പിക്കുകയാണ്...
ഇപ്പോൾ ഭയമെന്നെ ഇരുട്ടുപോലെ മൂടുകയാണ്.
ഞാൻ പൂച്ചകളില്ലാത്ത മറ്റൊരു ലോകത്തേക്ക്
പോകുകയാണ്...

കുറേ പേജുകൾ ഒന്നുമെഴുതാതെ വിട്ടിരിക്കുന്നു. ഇടയ്ക്ക് ചില ചിത്രങ്ങൾ. അവസാനം ഡിസംബർ മാസത്തിലെ പേജിൽ എഴുതിയ മീൻ എന്ന മറ്റൊരു കവിത അർഷാദിന് രസകരമായി തോന്നി.

Adwoara/17

മീൻ

ഒരു മുക്കുവന്റെയും വലയിൽ
കുടുങ്ങാത്ത മീനാണ് ഞാൻ.
എന്റെ ചിതമ്പലുകൾക്കിടയിൽ
നിന്നെക്കുറിച്ചുള്ള ഓർമകൾ
എന്റെ ഓരോ ആഴക്കുതിപ്പിലും
നിനക്ക് വേണ്ടിയുള്ള പ്രാർഥന
കര മാടിവിളിച്ചു പ്രലോഭിപ്പിക്കുന്നുണ്ട്
നക്ഷത്രങ്ങൾ ഉമ്മവെക്കാൻ കാത്തിരിക്കുന്നുണ്ട്.
എങ്കിലും ഞാനാ പൂച്ചയെ ഭയപ്പെടുന്നു.
അതേ പതിനാറ് കാലുകളുള്ള ആ പൂച്ചയെ...

വായിച്ചു കഴിഞ്ഞതും അർഷാദ് രശ്മിക്ക് മീമ്പൂച്ച എന്ന പേരിൽ തമാശയ്ക്ക് ചില വരികൾ വാട്സ് ആപ്പിൽ ടൈപ്പ് ചെയ്തു.

മരിച്ച സ്നേഹിതാ, ഞാനന്ധൻ
നിന്റെ കണ്ണുകളെടുത്തു
പുറത്തിറങ്ങുന്നു ഞാൻ.
വീട്ടിന്നിടവഴി കടക്കേ
ഇത്രനാളുമറിഞ്ഞതൊന്നും
ഇരുട്ടായി തോന്നിയില്ല.
പൂത്തുനിന്ന നക്ഷത്രങ്ങൾ
കവിതയിൽ മാത്രമായിരുന്നോ
ആരെയോ പേടിച്ച് ഒളിച്ചുവച്ച വാക്കുകൾ
ആരെയോ പേടിച്ച് ചുരുട്ടാതെപോയ മുഷ്ടികൾ
ആരെയോ പേടിച്ച് എറിഞ്ഞുകളഞ്ഞ ഭക്ഷണം
എല്ലാം തെരുവിൽ നിരന്നുനിൽക്കുന്നു.
ദൂരെ കേൾക്കുന്നൊരു നക്ഷത്രക്കുഞ്ഞിൻ
നിലവിളി.
ഒരു പൂച്ച കടിച്ചുകീറുന്നുണ്ട്
മീൻപോലെ പിടയുന്ന ആ നക്ഷത്രത്തിനെ..

പതിനൊന്ന്

രമേശന്റെ കുപ്പായക്കീശയിൽനിന്ന് അക്ഷരം വായിക്കാൻ അറിയാത്ത അമ്മയ്ക്ക് കിട്ടിയത്. അതെങ്ങനെയാണ് തന്റെ കൈയിൽവന്നുപെട്ടതെന്ന് അർഷാദിന് ഓർമയില്ല.

ഇന്നലെ

രാത്രി നിറയെ

ഞാൻ നിന്നെമാത്രം സ്വപ്നം കണ്ടു

ആദ്യായിട്ട്-എനിക്കുതന്നെ വിസ്മയം തോന്നുന്നു.

പുറത്ത് മഴയും ഭ്രമിയും.

പൂച്ചമ്മ ഒരു പുൽച്ചാടിയെ തുറിച്ചുനോക്കുന്നു.

അവളതിനെ ഒന്നും ചെയ്യില്ല. മടിച്ചിക്കോതയാണ്. വയറുനിറയെ ഭക്ഷണം കഴിച്ച് ഉറങ്ങാൻ നോക്കുമ്പോഴാണ് നിന്റെയൊരു.. എന്ന് ആ പച്ചത്തുള്ളനോട് പറയുന്നുണ്ടാവും.

പച്ചത്തുള്ളൻ വരുമ്പോൾ ബർക്കത്ത് കൊണ്ടുവരുമെന്നാണ് ഉപ്പ പറയാറ്. അതുപോലെ നഖത്തിലെ വെള്ളവര പുതുകുപ്പായം കൊണ്ടു വരുമെന്നും. എന്തു ബർക്കത്ത്, ഈ ബർക്കത്ത് കെട്ട കാലത്ത് ആര്, എന്ത് കൊണ്ടുവരാനാണ്. ആർക്കറിയാം?

മനുഷ്യർ ഓരോ നിമിഷവും കൂടുതൽ കൂടുതൽ ദുർബലരായി ക്കൊണ്ടിരിക്കുകയാണെന്ന് തോന്നുന്നു. ഈ ദൗർബല്യമാണോ ചിലപ്പോഴെങ്കിലും അവരെ നിർണയിക്കുന്നത്. ഈ അവരിൽ നമ്മളുൾപ്പെടുന്നുണ്ടല്ലോ എന്നു ചിന്തിക്കുമ്പോൾ പതിവുപോലെ ഉത്തരമില്ല. നാളെ കോളേജിൽ കലോത്സവം ആരംഭിക്കുകയാണ്. ഇക്കുറിയും പതിവുപോലെ മണവാട്ടി ഞാൻ തന്നെ... നിന്റെ മുഖം മനസ്സിൽ സങ്കൽപ്പിക്കുമ്പോൾ നാണം വരും. നീ തോട്ടിൻകരയിൽ നിന്ന് ആദ്യമായി പിടിച്ചുതന്ന മുശുവിന്റെ പിടച്ചിൽ ഓർക്കുമ്പോൾ കരളിൽ ഒരു പിടച്ചിൽവരും. അതുകൊണ്ട് മണവാട്ടിയുടെ ഭാഗം

അഭിനയിക്കാൻ എനിക്കത്ര ബുദ്ധിമുട്ടൊന്നുമില്ല. ഒരു ടോർച്ചുവെളിച്ചം കാണുന്നു. ഉപ്പയാവണം. ഇതുവരെ ഇശാ നിസ്കരിച്ചിട്ടില്ല. പോട്ടെ...

പന്ത്രണ്ട്

രശ്മി: കണ്ടുകണ്ടിരിക്കെ അത് മാഞ്ഞു, നിലാവല്ല

കേട്ടുകേട്ടിരിക്കെ അത് നിശബ്ദമായി-വാക്കല്ല

അന്ധകാരത്തിനഗ്രത്തിൽ അത് സൂചിമുനപോലെ തിളങ്ങുന്നു -സ്വപ്നമല്ല

തൊട്ടുനോക്കാൻ ശ്രമിച്ചു പലവട്ടം.

വായുവിൽ വിരലുകൾ പുളയുന്നതേ ഫലം.

ഉറങ്ങാൻ കിടന്നപ്പോൾ ഒരു നിശ്വാസം വന്നു പൊതിഞ്ഞു.

അതായിരിക്കുമോ അത്?

വാട്സ് ആപ്പ് തുറന്നപ്പോൾത്തന്നെയുണ്ട് തലേന്നത്തെ സ്റ്റാറ്റസിന് പകരമായി രശ്മിയുടെ വക മറ്റൊരു സ്റ്റാറ്റസ്. രമേശന്റെ കവിത ഫോർവേഡ് ചെയ്തു ചെയ്തു ഇവളും കവിതയെഴുതാൻ ആരംഭിച്ചുവോ...

അപരിചിതമായ നഗരത്തിൽ ഇപ്പോൾ ആകെയുള്ള ആശ്വാസം ഈ മൊബൈൽ ആണ്. ഓൺലൈൻ അല്ലാതിരിക്കുക എന്നു വെച്ചാൽ മരിച്ചുപോകുക എന്നാണർഥം. ഏത് ഏകാന്തതയെയും സർഗാത്മകമാക്കാൻ പറ്റുന്ന, ഏത് വഴിയും ഭാഷയില്ലാതെ കാട്ടിത്തരുന്ന സുഹൃത്ത്. അതാണ് മൊബൈൽ ഫോണെന്ന് പലപ്പോഴും തോന്നാറുണ്ട്. ഇനി ഓൺലൈനിൽ കണ്ടുപോയ സ്ഥിതിക്ക് രശ്മി അടുത്ത ചോദ്യവുമായി വരാൻ സാധ്യതയുണ്ട്. ഞാനിപ്പോഴും വീട്ടിലാണെന്നാണ് അവളുടെ വിചാരം. അതുകൊണ്ട് ഒരു സൂചനപോലും നൽകാതെവേണം ഉത്തരങ്ങൾ പറയാൻ. അല്ലെങ്കിൽത്തന്നെ നാഴികയ്ക്ക് നാല്പതുവട്ടം, നിങ്ങൾ പുരുഷൻമാർക്ക് അറിയില്ല ഞങ്ങൾ പെൺകുട്ടികൾ അനുഭവിക്കുന്ന മാനസിക സമ്മർദ്ദമെന്ന് അവൾ പറയാറുണ്ട്. നീയെന്നെ തേക്കുകയാണെങ്കിൽ അതൊരിക്കലും മതത്തിന്റെ കാര്യത്തിൽ ആകരുതേ എന്നാണ് അവളുടെ സ്ഥിരമായ

ഡയലോഗ്.

തനിക്ക് ഭയമുണ്ടോ? ഇല്ലെന്ന് പറഞ്ഞുകൂടാ, വ്യത്യസ്ത മതത്തിൽ പ്പെട്ട നമ്മളെങ്ങനെ ജീവിക്കുമെന്ന ചോദ്യം പലപ്പോഴും അവൾ ചോദിക്കാറുണ്ട്. അപ്പോഴൊക്കെ മതം സമ്പത്തുള്ളവന് അലങ്കാരം മാത്രമാണെന്നായിരുന്ന തന്റെ മറുപടി. മതമില്ലാത്ത ഏതെങ്കിലുമിട ത്തും നമുക്ക് ജീവിക്കാൻ പോയാലോ എന്ന അവളുടെ ചോദ്യങ്ങൾ പലപ്പോഴും ഒരു നേർത്ത പുഞ്ചിരിയിൽ വിഴുങ്ങും.

ദാ, അവൾ ടൈപ്പ് ചെയ്യുന്നു-

രശ്മി- ഹായ്

അർഷാദ് - പറയെടോ

രശ്മി- പറയൂ, രമേശന്റെ ബാക്കി കഥ

അർഷാദ്- അവൻ കഥാവശേഷനായി

രശ്മി- പോടാ, നീ പറയ്

അർഷാദ്-രമേശൻ ഇപ്പോഴും നാട്ടിലുണ്ട്. രാവും പകലും മാറിവരു ന്നതുപോലെ അയാളിൽ ബോധവും അബോധവും മാറിമാറി വരുന്നു.

രശ്മി- അയാളുടെ നെസ്‌ലി

അർഷാദ്- അതൊരു കഥയാണ്

രശ്മി- പറയെടാ

അർഷാദ്- അവളുടെ ഭൂതകാലം, സ്ലേറ്റിൽ എഴുതിയ അക്ഷരങ്ങൾ മഷിത്തണ്ടുകൊണ്ട് ഒരുകുട്ടി മായ്ക്കുന്നതുപോലെ ആരോ മായ്ച്ചുകള ഞ്ഞു. ഇരുപത് വർഷങ്ങൾ ഒറ്റയടിക്ക് അവളുടെ ഓർമയിൽനിന്ന് മാഞ്ഞു.

രശ്മി- പോടാ, തള്ളാതെ

അർഷാദ്- ആരാന്റെ കാര്യത്തിൽ ഞാനെന്തിന് തള്ളണം?

രശ്മി- സത്യം?

അർഷാദ്- സത്യം

രശ്മി- എങ്ങനെ

അർഷാദ്- കോളെജിൽ കലോത്സവദിനം. തകൃതിയായി ഒപ്പന മത്സരം നടക്കുന്നു. കൂട്ടത്തിൽ മൊഞ്ചത്തി മണവാട്ടിയായി നെസ്‌ലി

താളം മുറുകുന്നു. ചുറ്റും തോഴിമാർ പാടിത്തിമിർക്കുന്നു. നാണത്താൽ മുഖം മറച്ച് മണവാട്ടി

രശ്മി- എന്നിട്ട് (സ്മൈലി)

അർഷാദ്- പൊടുന്നനെ നെസ്‌ലി ഉറങ്ങിവീഴുംപോലെ ഒരു വീഴൽ.

രശ്മി-അയ്യോ

അർഷാദ്- അതായിരുന്നു തുടക്കം. അന്നുവരെയുള്ള ഓർമകൾ കംപ്യൂട്ടറിൽനിന്ന് ഒരു ഫയൽ ഡിലീറ്റ് ചെയ്യുന്നതുപോലെ അവളിൽ നിന്ന് ദൈവം ഡിലീറ്റ് ചെയ്തുകളഞ്ഞു.

രശ്മി- പാവം

അർഷാദ്- സൈ്ലലി

രശ്മി- രമേശനോ?

അർഷാദ്- നിനക്ക് ഊഹിക്കാൻ പറ്റുന്നുണ്ടോ?

രശ്മി- മഞ്ഞുകാലത്ത് അവനും ഓർമ കാണില്ലല്ലോ...പിന്നെന്ത് പ്രശ്നം?ഒരർഥത്തിൽ ഭാഗ്യമായി അവൾക്ക് മറവി വന്നത്.

അർഷാദ്- എന്തേ

രശ്മി- അല്ലെങ്കിൽ മതത്തിന്റെ പേരിൽ കലാപം നടന്നേനെ...

അർഷാദ്- മതം ഏറ്റവും വലിയ ബോംബാകുന്നു. നമ്മൾ സദാ ചുമന്നുനടക്കുന്ന ബോംബ് അല്ലെടോ

രശ്മി- നമ്മളും ഭയക്കേണ്ടിരിക്കുന്നു.

അർഷാദ്- ലവ് ജിഹാദിനെയാണോ

രശ്മി- അധികം തമാശിക്കേണ്ട

പതിമൂന്ന്

നെസ്‌ലി മുറ്റത്തേക്ക് നോക്കി. പലതരം പൂക്കൾ വിരിഞ്ഞു നിൽക്കുന്നു. അവയുടെ പേരുകൾ ഓർത്തുനോക്കാൻ അവൾ പലവട്ടം ശ്രമിച്ചു. ജാലകത്തിലേക്ക് തലയാട്ടിനിൽക്കുന്ന ആ ചെടി ആര് തന്നതാണ്. എന്നെയൊന്ന് ഉമ്മവെക്കു ഉമ്മവെക്കു എന്ന് കാറ്റിനോട് പറയുന്ന അതിന്റെ പേരെന്താണ്.. ഇല്ല ഓർമയിൽ ഒന്നും തെളിയുന്നില്ല. ഓർമയുടെ ഒരു ഇതളുപോലും വിരിയുന്നില്ല. അവൾ അലമാര തുറന്നു. തനിക്കേറ്റവും ഇഷ്ടപ്പെട്ട ചൈനാസിൽക്കിന്റെ പാവാടയെടുത്തു. ഈ പാവാട ആരാണ് തനിക്ക് തന്നത്... ഇല്ല, ഓർക്കാൻ കഴിയുന്നില്ല.

അവൾ പാവാടയുടെ നാട അരയിൽ നന്നായി ചുറ്റി.

അല്ലാഹു അക്ബർ അല്ലാഹുഅക്ബർ

അഷദ് അൻ ലാഹിലാഹ ഇല്ലള്ളാ

ആറ്റക്ക ബാങ്ക് വിളിക്കുകയാണ്...

അവൾ മെല്ലെ മുറ്റത്തേക്കിറങ്ങി.

ഒരു തേരട്ട അവളുടെ ചവിട്ട് കൊള്ളാതിരിക്കാൻ വേണ്ടി പെട്ടെന്ന് ഒഴിഞ്ഞുമാറി. പിന്നെ മുണ്ടേരിപ്പുഴ ചേരുന്ന തോട്ടിൻകരയിലേക്ക് നടന്നു. ഒരിളംകാറ്റ് അവളുടെ പാവാടയെ ഒന്നു മണത്തുപോയി. അവൾ പുഴയിലേക്ക് മെല്ലെ മെല്ലെ കാലെടുത്തുവച്ചു. ഒരു കണ്ണിക്കുറിയൻ വന്ന് അവളുടെ വെളുത്തകണങ്കാലിനെ ഉമ്മ വെച്ചുപോയി.

അവൾ ആഴങ്ങളുടെ പടവുകൾ ഇറങ്ങുകയാണ്. ഏതു തച്ചനാണ് ഇത്രയേറെ ഭംഗിയായിൽ അവൾക്കുവേണ്ടി പടവുകൾ കൊത്തിയുണ്ടാക്കുന്നത്.

അവൾ സൂക്ഷ്മതയോടെ പടവുകൾ ഇറങ്ങുകയാണ്...വെള്ളം അവളെ രണ്ടുകൈയും നീട്ടി മണവാട്ടിയെപ്പോലെ സ്വീകരിക്കുകയാണ്. നെഞ്ചിൽ ഒപ്പനയുടെ താളം പെരുക്കുകയാണ്.

Ash

ആകാശത്ത് ഒരൊറ്റ നക്ഷത്രം മാത്രമുണ്ട്... അവൾ ആഴങ്ങളിലേക്ക് ആഴങ്ങളിലേക്ക് ഊഴയുന്നു...ഊഴയുന്നു. ഇപ്പോൾ വെള്ളത്തിനുമുകളിൽ ഉയർന്നുവരുന്നു- അനേകായിരം കുമിളകൾ... പല വലുപ്പത്തിൽ...

അവളുടെ ഓർമകൾ കുമിളകളായി ഉയരുന്നതായിരിക്കുമോ..

പതിനാല്

ഇശാ കഴിഞ്ഞ് ആറ്റക്ക വീട്ടിലേക്കു നടന്നു. ഫിലോസഫറുടെ കടയിൽ അരണ്ട വെളിച്ചത്തിലിരുന്ന് കവോട്ടിക്ക കുടിക്കു ന്നവർ ആറ്റക്കയുടെ ദേഷ്യം പിടിച്ച നോട്ടം പ്രതീക്ഷിച്ച് അടക്കി ചിരിച്ചു. ആറ്റക്കയത് കണ്ടില്ല. അയാളുടെ വെള്ളമുണ്ടുലച്ചു പോയ നേർത്ത കാറ്റിൽ അയാൾ രണ്ടു പാദസരക്കിലുക്കങ്ങൾ കേട്ടു. ഓർമയുടെ എല്ലാ തിരയിളക്കങ്ങളുമൊട്ടുങ്ങിയ അലസമായി കരിമ ഷിയെഴുതിയ രണ്ടു കണ്ണുകൾ കണ്ടു. തലയിൽ കെട്ടിയ വെള്ളക്കെട്ടെ ടുത്ത് കണ്ണിൽ നിന്ന് ധാരയായി ഒഴുകിയിറങ്ങിയ വെള്ളം അയാൾ തുടച്ചു കളഞ്ഞു.

പൃത്തിക്കൊമ്പിലിരുന്ന് രമേശൻ ആഞ്ഞാഞ്ഞു മൂക്കി. ശരീരത്തി ന്റെ ഓരോ രോമകൂപങ്ങളിൽ നിന്നും ചോരയിറ്റും പോലെ തോന്നി അയാൾക്ക്. വാക്കുകൾ തൊണ്ടയിൽ കുടുങ്ങിയവന്റെ അവസാന ശ്വാസം പോലെ മുക്കൽ... ആറ്റക്കയുടെ സാന്റാക് ചെരുപ്പിന്റെ പതിഞ്ഞ താളം അടുത്തെത്തിയപ്പോൾ അയാൾ തിരിഞ്ഞു നോക്കി. നാട്ടുവെളിച്ചത്തിൽ ഒരു നിഴലു പോലെ ആറ്റക്ക രമേശനേയും കണ്ടു. രമേശൻ എന്തോ പറയാനാഞ്ഞു. ആറ്റക്ക ചെവിയോർത്തു. അടുത്തു ള്ള ഖബർസ്ഥാനിൽ നിന്ന് വീശിയൊരു കാറ്റ് രമേശന്റെ വാക്കുകളെ റൂഹുകൾക്കു മാത്രം കേൾക്കാനാവുന്ന ഏതോ അകലത്തിലേക്കു കൊണ്ടു പോയി...

പതിനഞ്ച്

അർഷാദ് മെയിൽ തുറന്ന രശ്മിക്ക് ടൈപ്പ് ചെയ്യാൻ തുടങ്ങി.

രശ്മീ, ഞാൻ കേശവൻ നായരോ നീ സാറാമ്മയോ അല്ല. നമ്മൾ അർഷാദും രശ്മിയുമാണ്.

മനുഷ്യരാവാനുള്ള നമ്മുടെ എല്ലാ ശ്രമത്തെയും പരാജയപ്പെടുത്താനുള്ള ശ്രമങ്ങളാണ് ചുറ്റും നടക്കുന്നത്.

നമുക്ക് എല്ലാറ്റിനെയും ധിക്കരിച്ച് ഇറങ്ങിപ്പുറപ്പെടാൻ പറ്റുമോ

ഇല്ലെന്ന് തന്നെയാണ് എന്റെ വിശ്വാസം.

നീ കാണുന്നില്ലേ ചുറ്റും നടക്കുന്നത്.

ഞാൻ ഭീരുവാണെന്ന് നിനക്ക് തോന്നാം. അതെ ഭയംകൊണ്ട് അന്ധനാക്കപ്പെട്ട ഭീരു. ഞാൻ ഇപ്പോൾ എവിടെയാണെന്ന് നിനക്കറിയുമോ..

എന്താണ് സംഭവിച്ചതെന്ന് നിനക്കറിയുമോ

നാളെ വരുന്ന തലമുറയ്ക്ക് ഒരു ഹിന്ദുസുഹൃത്തോ ഒരു മുസ്ലിം സുഹൃത്തോ ഉണ്ടാവുമോ എന്നുപോലും സംശയമാണ്. ജാതി, ജാതകം നോക്കി നമ്മളിൽ ചിലർ പ്രണയിച്ചപ്പോൾ നമ്മളവരെ കളിയാക്കിയില്ലേ.. ഇനി മതം നോക്കിയിട്ടായിരിക്കാം സുഹൃത്തുക്കളെപ്പോലും തെരഞ്ഞെടുക്കുക. ആ കാലം അത്ര വിദൂരമല്ലെന്ന് ഭയത്തോടെയാണെങ്കിലും മനസ്സ് പറയുന്നു.

ഇല്ല. നിന്നോട് ഞാനൊന്നും പറഞ്ഞിട്ടില്ല. ഇതൊരുപക്ഷേ അവസാനത്തെ മെയിൽ ആയേക്കാം.

പുറത്തുനിന്ന് നല്ല ബീഫ് കറിയുടെ മണം.. ഇഞ്ചിയും വെളുത്തുള്ളിയും കറിവേപ്പിലയും ബീഫിൽ പിടിക്കുമ്പോൾ ഉയരുന്ന അതേ മണം... എനിക്കിന്ന് പൊറോട്ടയും ബീഫും കഴിക്കണം.. ഒരുപക്ഷേ അവസാനത്തെ ആഗ്രഹമാണെങ്കിലോ..

ശരി... ●

പഠനം

ഭൂപടത്തിൽ തെളിയുന്ന ഇരയിടങ്ങൾ

റിനി രവീന്ദ്രൻ

'ഇന്ത്യ ജ്യോഗ്രഫിയിലെ അഞ്ചുമാർക്ക്
അഹ് ലാഖിന്റെയും ജുനൈദിന്റെയും
ശവക്കല്ലറ
താഴികക്കുടങ്ങളോടൊപ്പം
തകർക്കപ്പെട്ട ഒരു തറവാട്'

രമേശന്റെ കവിതയാണിത്. ഭ്രാന്തനായ, രാവും പകലും മാറിപ്പോകുന്ന/സ്വയം മാറ്റുന്ന, മുദ്രാവാക്യം വിളിക്കുന്ന, ഒറ്റയ്ക്കൊരു കമ്പനിക്കെതിരെ സമരം തുടങ്ങിയ രമേശന്റെ കവിത - അവന്റെ തലച്ചോറിൽ നിറയെ പൂക്കളാണ്,

പലതരം പൂക്കൾ
പൂക്കൾ ചിരിക്കുന്നു
പൂക്കൾ കരയുന്നു
പൂക്കൾ പൂക്കൾ

ഭ്രാന്തിന്റെ വസന്തമാണ് ചിലപ്പോൾ രമേശൻ. അതുകൊണ്ടാണ് അവൻ കവിതയാകുന്നത്. അത്രമേൽ സ്വാഭാവികമാണ് രമേശന്റെ ഭ്രാന്ത്. അതിനെ അത്രമേൽ സ്വാഭാവികമായി അടയാളപ്പെടുത്തിയിരിക്കുന്നു. രമേശന്റെയും അർഷാദിന്റെയും കവിതകളും, കാഴ്ചകളും, കാലം എഴുതുന്ന ചില യാഥാർത്ഥ്യങ്ങളുമാണ് ഈ നോവൽ. ചിലയിടങ്ങളിൽ രമേശനോ, അർഷാദോ ഇല്ല. അല്ലെങ്കിൽ രമേശൻ തന്നെയാണ് ഒരുതരത്തിൽ അർഷാദ്. രശ്മിയുടെ ഓർമ്മകളിൽ നിന്ന് അർഷാദ് സ്വയം കുടിയിറങ്ങാൻ തുടങ്ങുമ്പോൾ, ഓർമ്മ നഷ്ടപ്പെട്ട നെസ്‌ലി ജീവിതത്തിൽ നിന്ന് തന്നെ കുടിയിറങ്ങിക്കഴിഞ്ഞിരുന്നു.

ഓർമ്മകൾ പോലും ഭാരമായി മാറുന്നൊരു കാലത്തെ ഓർമ്മപ്പെടു ത്തുന്നുണ്ട് അബ്ദുൾ സലാം തന്റെ നോവലിൽ.

പൊള്ളാച്ചിചന്തയിൽ നിന്ന് കാലികളെ കൊണ്ടുവന്ന് അറക്കുന്ന അബൂബക്കർ, അർഷാദിന്റെ ഉപ്പ. പെട്ടെന്നാണ് അറവുശാലയിലേ ക്ക് ഒരുക്കൂട്ടം ആളുകൾ കടന്നുവരുന്നത്. അവർ കാലികളെ കെട്ടറുത്തു വിടുന്നു. നീ പശുവിനെ കൊല്ലുന്നോടാ എന്ന് ചോദിച്ച് കത്തിയുടെ പിടികൊണ്ട് അബൂബക്കറിന്റെ ചെകിടത്തടിക്കുന്നു. ഇനിമേലാൽ നീയീപണി ചെയ്യരുതെന്ന് പറഞ്ഞ് അറവുശാലയ്ക്ക് തീയിടുന്നു. അബൂബക്കർ വിളിച്ചു പറയുന്നുണ്ട് ഇത് ' പശു ' അല്ല കാളയാണ് എന്ന്. വന്നവരുടെ കൂട്ടത്തിൽ ഒരാളെ അയാൾ കൃത്യമായി തിരിച്ച റിയുന്നുണ്ട്. എല്ലാ പെരുന്നാളിനും അർഷാദിന്റെ കൂടെവന്ന് ബീഫ് ബിരിയാണി കഴിച്ചിരുന്ന രാജേഷിനെ. എല്ലാവരും ഉപയോഗിച്ചി രുന്ന ശ്രീകൃഷ്ണക്ഷേത്രത്തിനരികിലെ വഴിയിൽ പെട്ടെന്നൊരുനാൾ 'ഇതു പൊതുവഴിയല്ല' എന്ന ബോർഡ് തൂക്കിയതും രാജേഷായിരുന്നു. അപ്പോഴേക്കും ഇട്ടിയും കോലും ഉപ്പുസോഡയും കളിക്കാൻ ടീമിടു മ്പോൾ 'ഞങ്ങളുടെയും നിങ്ങളുടെയും' ടീം ആയിക്കഴിഞ്ഞിരുന്നു.

തന്റെ ആകെയുണ്ടായിരുന്ന സമ്പാദ്യത്തിൽ നിന്ന് കുറച്ചു തുക മാറ്റിവെച്ച്, ബാക്കി മുഴുവൻ നൽകിക്കൊണ്ട് അബൂബക്കർ അർഷാദിനെ തീവണ്ടി കയറ്റിവിടുന്നു. അങ്ങനെയാണ് അർഷാദ് എന്ന ചെറുപ്പക്കാരൻ, ഒന്നുകൂടി വ്യക്തമാക്കിയാൽ അർഷാദ് എന്ന മുസ്ലീം ചെറുപ്പക്കാരൻ, സ്വന്തം നാട് വിട്ട് പോകുന്നത്. ഇനി അവനായി ആ നാട്ടിൽ ഒന്നും തന്നെയുണ്ടാകുന്നില്ലെന്ന ഭയം. ജനിച്ചു വളർന്ന ഇടങ്ങളിൽനിന്നു പോലും കുടിയിറക്കപ്പെടുന്ന 'മുസ്ലീം' എന്ന അപരത്വത്തിന്റെ ആകുലത പേറുന്നു ആദ്യം മുതൽ അവസാനം വരെ നോവൽ.

പലതരത്തിലുള്ള, പല സ്വഭാവങ്ങൾ പേറുന്ന, പല തൊഴിൽ ചെയ്യുന്നവരുടെ നാടാണ് നോവലിലെ മുട്ടായിക്കുന്ന്. ആ നാടിനെ ഏറ്റവും ഭംഗിയായി വരച്ചിട്ടുണ്ട് മീന്മൂച്ചയിൽ. അയ്യപ്പൻകാവു മുതൽ പള്ളിമുക്കുവരെ പരന്നുകിടക്കുന്ന പാടത്തിനു നടുവിലൂടെയാണ് രമേശന്റെ തയ്യൽഷോപ്പിലേക്കുള്ള പോക്കും വരവും. ഏക്കറുകണക്കി നോളം തവളക്കണ്ണനും ചെന്നെല്ലും വിളഞ്ഞുനിൽക്കുന്ന പാടമുണ്ടാ യിരുന്ന നാട്. ഒരേകിണറുകളും ഒരേകക്കൂസുകളും ഉപയോഗിക്കുന്ന ജനങ്ങൾ... ഒരു സാധാരണനാട്ടിൻപുറത്തേക്ക് (സമൂഹത്തിലേക്ക്) വർഗീയതയും മുതലാളിത്തവും എങ്ങനെയാണ് കടന്നുവരുന്നത്, എങ്ങനെയാണ് വേരുകളാഴ്ത്തുന്നതെന്ന് പരിശോധിക്കപ്പെടുന്നുണ്ട്. വർഗീയതയും മുതലാളിത്തവും ഒരേപോലെ പ്രതിസ്ഥാനത്ത്

നിർത്തപ്പെടുന്നുണ്ട് ഇവിടെ. പ്രതിഷേധിക്കാൻ മറന്നുപോയ ഒരു ജനതയെ ചോദ്യം ചെയ്യുന്നുണ്ട്. 'പാർട്ടി ആദ്യം കൊടിനാട്ടിയിരുന്നെങ്കിലും പിന്നീട് കൊടിനാട്ടിയവർക്കെല്ലാം തൊഴിൽ കിട്ടുമെന്നായപ്പോൾ, നമ്മുടെ കുട്ടികൾക്ക് ഒരു തൊഴിലല്ലേ അവർ രക്ഷപെടട്ടേ എന്ന നിലയിലേക്ക് പ്രതിഷേധം മാറി.' ഏതുപക്ഷത്താണ് സാധാരണക്കാരന്റേതെന്നു വിളിക്കപ്പെടുന്ന സംഘടനകൾ?

കമ്പനിക്കെതിരെ പ്രതിഷേധിക്കാൻ ആദ്യമെത്തിയത് രമേശനായിരുന്നു. നെൽവയലുകളില്ലാത്ത ഒരു മുട്ടായിക്കുന്നിനെ കുറിച്ച് ആലോചിക്കാൻപോലും അയാൾക്ക് കഴിയില്ലായിരുന്നു. അയാൾ ഒരു കയ്യിൽ പ്ലക്കാർഡുമേന്തി കമ്പനിഗേറ്റിൽ പോയിരുന്നു. അയാൾ കവിത ചൊല്ലി. ആരും കേൾക്കാനില്ലെങ്കിലും ഒറ്റക്ക് നിന്ന് പ്രസംഗിച്ചു. മുഷ്ടി ചുരുട്ടി മുദ്രാവാക്യം വിളിച്ചു. രമേശനായതുകൊണ്ട് തന്നെ മറ്റൊരാളും അതിലേക്ക് തിരിഞ്ഞുനോക്കിയില്ല. ' - രമേശന് പിരാന്തായിരുന്നു. അതെ രമേശന് പിരാന്തായിരുന്നു.

' ആറ്റക്കയുടെ കിണറിലെ വെള്ളത്തിന്റെ നിറം മാറി. ഇതുവരെ വറ്റാത്ത, മുത്തുമണി പോലത്തെ വെള്ളം നൽകിയ കിണറാണ്. ആ കിണറ്റിലെ വെള്ളമാണ് നാറിത്തുടങ്ങിയത്. മാത്രമല്ല, തോട്ടിലെ വെള്ളവും ഇരുണ്ട നിറമായിത്തുടങ്ങി. തുണിയലക്കാൻ പോയ സ്ത്രീകൾ മൂക്കുപൊത്തി പലപ്പോഴും തിരിച്ചുവന്നു. തോട്ടിൽ കുളിച്ചിരുന്ന കുട്ടികളുടെ തുടയിൽ കൊത്തിയിരുന്ന കണ്ണിക്കുറിയന്മാർ കൂട്ടത്തോടെ ചത്തുപൊങ്ങി.'- ഇങ്ങനെയാണ് ഓരോ ഇടവും ഭൂപടത്തിൽ നിന്ന് മായ്ക്കപ്പെടുന്നത്. കാസർകോട്ടെ എൻഡോസൾഫാൻ ഗ്രാമങ്ങൾ, ഏഴിമല, പൊന്മന... ഓരോ നാടിന്റെയും രൂപവും ഭാവവും ചരിത്രവും ഭൂമിയിൽ നിന്ന് മാറ്റി അടയാളപ്പെടുത്തുന്നത്.

'ആരെയോ പേടിച്ച് ഒളിച്ചുവെച്ച വാക്കുകൾ,
ആരെയോ പേടിച്ച് ചുരുട്ടാതെ പോയ മുഷ്ടികൾ
ആരെയോ പേടിച്ച് എറിഞ്ഞുകളഞ്ഞ ഭക്ഷണം'

ഭയം നമ്മെയാകെ പൊതിയുന്നൊരുകാലത്ത് സ്വന്തമെന്ന് കരുതിപ്പോന്ന ഇടങ്ങളിൽ നിന്ന് പെട്ടെന്നൊരുനാൾ ഓടിപ്പോരേണ്ടിവന്ന ഒരു ചെറുപ്പക്കാരൻ, അർഷാദ് എന്ന മുസ്ലീം നാമധാരിയായൊരു ചെറുപ്പക്കാരൻ ഇങ്ങനെയല്ലാതെ എങ്ങനെയാണ് കവിതകളെഴുതേണ്ടത്. മീൻ പോലെ പിടയുന്നൊരു നക്ഷത്രത്തെ കടിച്ചുകീറുന്നൊരു പൂച്ചയാണ് അവന് കാലവും കാഴ്ചകളും. അതുകൊണ്ടുതന്നെ 'മീമ്പൂച്ച' നമ്മുടെ നാടിന്റെ കഥയാവുന്നത്. അബൂബക്കറും നാരായണിയും

ഭാസ്കരനും രമേശനും അർഷാദും രശ്മിയും നെസ്‌ലിയുമെല്ലാം നമ്മുടെ ചുറ്റുമുള്ളവർ തന്നെയാണ്. സ്വന്തം ജീവിതത്തിൽ നിന്നും, അതിന്റെ അതിജീവനപാതകളിൽനിന്നും തത്വചിന്തകളുണ്ടാക്കുന്ന സാധാരണക്കാരായ മനുഷ്യർ. ഇന്നെന്താ ചായക്കൊരു പുകമണമെന്ന് ചോദിച്ച ആറ്റക്കയോട് ചായക്കടക്കാരൻ കുഞ്ഞിമമ്മു പറയുന്നു, ജീവിതം തന്നെ വലിയൊരു പുകയല്ലേ ആറ്റക്ക.

പാലൊഴിച്ച് പാലൊഴിച്ച് ഇങ്ങനെ വെളുപ്പിക്കാതെടാ എന്നാരെങ്കിലും പറയുമ്പോഴും കുഞ്ഞിമമ്മു പറയും 'തിന്ന് ജീവിക്കെടോ, രമിക്കുമ്പോൾ കൂടെയാളുണ്ടെങ്കിലും മരിക്കുമ്പോൾ ആരും കാണില്ല.' അതുകൊണ്ടാണ് ചായക്കടക്കാരൻ കുഞ്ഞിമമ്മു ഫിലോസഫർ കുഞ്ഞിമമ്മു ആയത്.

പ്രണയത്തിൽനിന്നുപോലും പിന്മാറുന്നവനാണ് അർഷാദ്. അതവനെ ഭയപ്പെടുത്തുന്ന, കാലത്തിന്റെ സമ്മാനമാണ്. അവസാനത്തെ കത്തിൽ അവൻ എഴുതുന്നുണ്ട്. 'രശ്മീ, ഞാൻ കേശവൻ നായരോ നീ സാറാമ്മയോ അല്ല. ഞാൻ അർഷാദും നീ രശ്മിയുമാണ്' എന്ന്. അർഷാദിനും രശ്മിക്കും, രമേശനും നെസ്‌ലിക്കും അവരായിക്കൊണ്ടു തന്നെ ജീവിക്കാൻ സാധ്യമല്ലാത്തൊരു കാലത്ത് പ്രണയത്തിന്റെ പിന്മടക്കത്തെ നോവലിൽ അടയാളപ്പെടുത്തുന്നു. പ്രണയത്തോട് കലഹിക്കുന്നതാണ് നിങ്ങളുടെ വാശികളെന്ന് ഇവിടെ ചെറുപ്പക്കാർ ഫാസിസ്റ്റുകളെ ഓർമ്മപ്പെടുത്തുന്നുണ്ട്.

ലവ് ജിഹാദെന്നും ഭ്രൂജിഹാദെന്നും പേരിട്ട് ഉയർത്തിക്കൊണ്ടു വരുന്ന ഭിന്നിപ്പിക്കലിന്റെ രാഷ്ട്രീയത്തിനെതിരെ ഒരുകൂട്ടം ചെറുപ്പക്കാർ നിരന്തരം കലഹിക്കുന്നു. അത് വാക്കുകളായും വരകളായും ഒച്ചകളുമായി നിങ്ങളെത്തേടിയെത്തിക്കൊണ്ടേയിരിക്കും. മീനുകളെ തിന്നുവാനെത്തിക്കൊണ്ടിരിക്കുന്ന സകലപൂച്ചകളുടെയും നേർക്കുള്ള ചൂണ്ടുവിരലാകുന്നു മീമ്പൂച്ച.

●

www.ingramcontent.com/pod-product-compliance
Lightning Source LLC
LaVergne TN
LVHW040828051026
849519LV00007BA/2790
9789387398153